# lá mùa thu

lá mùa thu - ngô sỹ hân
*Bìa:* Uyên Nguyên Trần Triết
*Ảnh bìa:* Simon Berger
*Dàn trang:* Đỗ Huỳnh Đăng Ngọc
Nhà xuất bản Nhân Ảnh
ISBN: 979-8-8689-7535-6

ngô sỹ hân

# lá mùa thu

*tập truyện ngắn*

Nhân Ảnh
2023

*Về những đóng góp cho tác phẩm nầy, tác giả thành thật cảm ơn quý văn thi hữu và bằng hữu:*

Bảo Định,

Bảo Ngọc,

Hà Linh Bảo,

Ngọc Hoài Phương,

Huỳnh T. T.,

Phan Ni Tấn,

Trần Thy Vân,

Võ Ý,

# LỜI NGỎ

nhơn in lần thứ hai

## vài dòng tâm sự

*"Chỉ dám mong rằng, chúng ta – nhứt là những người có chút ít chữ nghĩa - hãy rán sống cho ra con người!"*

Xưa nay ai cũng nghĩ không kẻ nào viết văn hay bằng mình và phu nhơn của người ta lúc nào cũng đẹp đẽ và duyên dáng hơn vợ ở nhà vì không thoát khỏi suy nghĩ chủ quan ngàn đời. Tôi người bình thường nên đã không ra ngoài thông lệ ấy.

Lúc mới *tập làm văn*, tôi nghĩ mình đã là văn hào có một không hai trên thế gian nhưng càng viết thấy mình càng tệ! Khi đọc lại có lúc hơi ngượng cho *văn tài* của mình! Những lời khen văn hay chữ tốt thật ra chỉ muốn làm mình vui lòng mà thôi!

Có thể tự quảng cáo rằng tác phẩm không được nhiều học giả và nhà phê bình văn học nổi tiếng ca tụng, nhưng cần có trong tủ sách gia đình và đáng đọc qua một lần!

Cho nên tự nghĩ có viết mấy quyển truyện đi nữa, tôi cũng vẫn chưa trở thành nhà văn được, mà chỉ dám tự nhận mình là người lính viết văn vì một sự thôi thúc trong lòng bắt mình phải viết, không viết không được!

Người lính đó cũng như tất cả những người lính miền Nam đã tức tưởi buông súng trước một kẻ thù ngu dốt và sắt máu nhưng hiểm ác và lưu manh trong một trận chiến không cân sức mà đạo diễn là những cường quốc đeo mặt nạ.

Cuối cùng khi tàn cuộc chiến, cả một dân tộc bị đọa đày xuống tận cùng địa ngục để cho lũ chóp bu sống đế vương còn hơn những bạo chúa thời phong kiến Trung cổ ngày xưa. Trong khi đó ở hải ngoại, thời gian xoáy mòn dần niềm tin và tư cách tị nạn của một số người mau quên quá khứ.

Trong số họ có kẻ đã từng là những người có vai vế trong xã hội miền Nam khi trước, nay thành công xứ người áo gấm về làng thỏa mãn dục vọng đê hèn trên sự nghèo nàn, đói rách, dốt nát, và lạc hậu của dân tộc và quê hương.

Nếu có bạn đọc cho rằng nội dung tác phẩm đã nói lên thay họ những điều suy nghĩ, những ray rứt dằn vặt tâm tư mà họ không có dịp hoặc chưa có dịp bày tỏ thì quả đã cảm thông tác giả rất nhiều. Và người viết xin ghi nhận niềm cảm thông ấy.

Lúc đầu, tôi tưởng rằng quyển truyện thứ ba sẽ là Đoạn Cuối Cuộc Đời vì một người chơn ướt chơn ráo bước vào thế giới văn chương chữ nghĩa đóng góp như thế tương đối cũng đủ. Không ngờ có trớn viết thêm một cuốn nữa. Nghĩ vào tuổi nầy nếu có thêm một bà vợ hẳn không nên chớ lỡ có thêm một tác phẩm chắc không hại gì!

Trân trọng.

Tác giả

Michigan Mùa Thu 2008

# hốt lá mùa thu

** Tặng cô hoa khôi Cần Giuộc*

## 1

Cái hàng rào gỗ cũ xịch xạc ngả màu nâu đen ngăn đôi hai miếng vườn. Phía bên nầy người chủ cũ còn cẩn thận trồng thêm một hàng cây để giữ tính riêng tư mà mùa xuân năm nào ông Lý cũng phải tỉa ngang tới đầu. Vườn nhà ông Lý chỉ còn lại hai cây cổ thụ nhánh gie ra bên ngoài hàng rào hướng tây phía đường vào trường học, nên mùa thu ông chỉ hốt lá phong của nhà hàng xóm bay qua. Nhìn sang chỉ thấy mái ngói màu đất lóm đóm những chấm xám tro của căn nhà trệt dưới tàn mấy cây phong.

Cô con gái nói:

- Có người Việt Nam sắp mua căn nhà nầy.

Ông Lý chưa kịp lên tiếng thì bà xã trả lời:

- Ờ! Vậy càng vui!

Ông Lý nghi ngờ:

- Chưa chắc!

- Sao chưa chắc?

- Hợp rơ mới vui!

- Sao mới gọi là hợp rơ?

Ông không trả lời ngay, nhìn ra ngoài trời mây u ám. Hầu hết lá vàng bên trường học rơi theo từng cơn gió. Mấy cây phong nhà bên kia còn phân nửa lá, chờ vài cơn gió nữa là cây cối sẽ trơ cành. Cứ mỗi mùa thu tới, ông làm vườn không kịp trở tay lại còn phải *công quả* cho người láng giềng, nhiều lúc cũng hơi bất mãn! Có luật nào cấm nhà người ta trồng cây đâu! Có luật nào tính tiền công lao động trong trường hợp như thế nầy? Làm sao người ta giữ không cho lá bay sang hàng xóm?

Nhà bên ấy có ba cây thuộc ba loại hợp lại đủ thành một rừng phong. Ngoài một cây với lá bình thường mà người Gia Nã Đại lấy làm biểu tượng in trên cờ quốc gia, còn có hai cây nữa: một cây tím và một cây lá nhuyễn màu hơi lợt. Phong lá tím nhìn xa như cây tía tô lớn màu đậm nhưng khi về già thì lá trở xanh như loại thường. Cho dù loại nào khi mùa thu tới, tất cả lá đều ngả màu vàng và hơn phân nửa đáp xuống sân cỏ nhà ông Lý.

Làm việc nhà mà ông Lý có cảm tưởng như làm việc tù. Ông *lề mề* cào lại thành từng đống nhỏ rồi mới hốt bỏ vào bịch giấy. Ông chê cái bồ cào nầy quá nhỏ và răng ngắn. Ý ông muốn răng nó phải một gang tay và bề ngang ít nhứt phải một thước ông mới hài lòng. Bỏ đầy năm bịch rồi mà đống lá còn lại ước chừng gấp bốn lần. Kiên nhẫn và không hằn học, ông lầm bầm "Vậy là mất toi nó ba ngày là ít!"

Ông Lý chậm rãi trả lời bà xã mà như nói bâng

quơ:

- Không khéo gặp cái đám bá láp thêm phiền!

Bà Lan phản ứng:

- Ở Mỹ nhà ai nấy ở có gì mà phiền? Không thích thì đừng chơi với nhau!

Ông Lý bình tĩnh đáp:

- Để rồi em coi! "Đừng chơi" thì được rồi, nhưng nó cứ làm phiền mình hoài thì sao?

Quen với tánh tình quái đản của chồng - nhứt là sau khi ở tù về, nhưng bà Lan cũng rán phang một câu cho đỡ tức:

- Tại anh khó chịu!

Ông Lý không cãi với phu nhơn nữa, nhìn cô con gái:

- Nhà thứ mấy, con?

- Căn nhà đầu tiên.

- Chúc mừng con nha!

Bà mẹ thương hại:

- Ra trường cả năm nay mà mới bán chỉ có một cái!

- Vậy còn may đấy em!

Ông Lý quay sang cô con gái:

- Ba nghĩ lù đù như con khó mà làm cái nghề môi giới!

Cô Linh không tự ái nhìn bà mẹ:

- Nhưng cũng chưa chắc ăn vì họ chỉ mới đi coi!

Ông Lý chụp cơ hội:

- Đấy! Em thấy hôn?

Cô con gái quay sang cha:

- Thấy gia đình có vẻ đàng hoàng. Và nghe nói anh ta cũng kỹ sư gì đó.

- Vậy thì tương đối tạm được!

Nhưng ông lại đổi ý:

- Hễ kỹ sư thì đàng hoàng sao con?

Cô con gái có vẻ quan tâm nói thêm:

- Còn độc thân, mới bảo lãnh bà mẹ sang.

Không cần để ý anh kỹ sư bảo lãnh người đàn bà nào - dù bà cô hay bà mẹ, nhưng nghe rõ tiếng *độc thân*, ông Lý nhìn thương hại cô con gái lỡ thời. Cũng kỹ sư chớ đâu phải thất học, lại thêm nghề địa ốc, hơn ba mươi rồi mà chưa gì hết! Hồi nhỏ cô trông đẹp nhứt nhà nhưng lớn lên nhằm vào lúc cả nước độn khoai mì và bo bo - thậm chí có lúc không đủ để mà độn, nên suy dinh dưỡng khiến khuôn mặt cô hình tam giác; đã vậy còn bị một trận ban cua thập tử nhứt sanh nữa.

Cô lại ngó sang mẹ:

- Bà ấy đâu khoảng tuổi má.

- Mong mẹ con nó mua được đi cho tao đỡ buồn, chớ ba mầy bỏ đi hoài!

Cô Linh làm thinh không có ý kiến. Cô thương

mẹ cô đơn có chồng cũng như không, một mình thui thủi. Bên Việt Nam cha đi tù mười năm, mẹ lo con cái còn phải thăm nuôi. Qua bên nầy gia đình đoàn tụ tưởng yên vui tuổi già. Cha cô lại hết đi chuyện nầy tới chuyện khác. Chừng một hai tháng ông đi tiểu bang xa một lần, mà mỗi lần có khi cả tuần, bà không cản ngăn cũng không cằn nhằn:

- Hồi xưa, chừng hơn tháng ổng lại đi biệt phái khoảng mươi mười lăm ngày, ai theo đó mà giữ?

Gần đây nhan nhản những *con trâu già* giở chứng, gần đất xa trời lại thích *gặm cỏ non*, về Việt Nam *mèo chuột* - hứa hẹn sẽ cưới đưa sang, rồi qua bên nầy ly dị bà vợ tào khang.

Đứa con gái lớn cảnh báo mẹ:

- Nhiều người lúc trước gương mẫu lắm nhưng tới khi về già sanh tật!

Tánh ông cục mịch và lầm lì - *trúng đài* mới *mở máy* - sống như ông cụ không biết nói một câu cho phụ nữ hài lòng nên bà tin tưởng ông chồng đàng hoàng:

- Hồi trẻ không ghen bây giờ già rồi mà ghen cái nỗi gì!

Niềm vui còn lại của bà là dọn dẹp nhà cửa cho gọn gàng tươm tất và chơi với mấy đứa cháu ngoại mà mỗi sáng trước khi đi làm cha mẹ mang qua gởi. Bà nói bà không thích chỗ đông người nhưng thật ra bà sợ mập, vì một khi cầm đũa là bà quên thôi! Sau một cái đám cưới hay tiệc tùng gì đó, bà lên hai ba ký là thường! Nói đúng ra ông cũng hay nài nỉ bà đi chung nhưng mẹ cô lại không muốn rời khỏi căn nhà một ngày nào như sợ người ta tới chiếm!

Ngày hai mẹ con bà Luận dọn vào căn nhà mới thì ông Lý đi làm. Lúc hai mẹ con dắt sang thăm xã giao, ông bận đi lưu diễn cũng không có ở nhà. Suốt thời gian, ông không hề gọi điện thoại về, trừ trước lúc lên phi cơ và sau khi máy bay đáp an toàn. Bà hay ngầm trách ông vui với bạn bè quên vợ con. Lúc ông ở tù một tay bà quán xuyến gia đình, lại thêm một bà mẹ già. Ông về chẳng giúp được gì lại *giết* hai thằng con trai một lúc! Ông tự nghĩ mình vô số tội nên bà nói gì ông cũng nhịn thua.

Bà Lan vốn hiếu khách lo tiếp đãi hai mẹ con người bạn mới không để ý nét mặt người phụ nữ đang nhìn bức hình lớn của hai vợ chồng bà lúc còn khá trẻ, chụp khoảng thời gian trước khi *đứt phim*. Trong ảnh, ông cao ráo phương phi mặc quân phục lại để ria, phụ nữ nhìn sẽ cho bảy tám điểm trên mười là ít. Còn bà trẻ hơn bây giờ nhưng sóng mũi hơi xẹp. Hình như bà Luận hơi ngờ ngợ rằng người đàn ông có vẻ quen quen:

- Anh chị cũng ở Cần Giuộc?

- Không! Tụi tui ở Cần Đước. Nhưng ảnh có học hai năm lúc trường mới mở trung học công lập đệ nhị cấp đầu tiên.

Bà Luận nói thêm:

- Dù là quê quán nhưng từ khi lập gia đình, theo ảnh đi tứ xứ, tui cũng ít khi về.

Chủ và khách nhận đồng hương - đồng hương

đúng nghĩa, và đối xử như quen thân nhau từ bao giờ. Bà Lan nhìn nét đẹp sắc nước hương trời còn đọng lại trên gương mặt trái xoan đượm dấu thời gian và nhứt là đôi mắt hột nhãn của người đàn bà:

- Chị có biết ông xã nhà tôi hôn?

Bà khách không suy nghĩ, lắc đầu:

- Không, chị!

- Nghe nói thì hồi xưa ổng cũng nổi tiếng lắm!

Bà Luận cười tự nhiên:

- Ảnh nổi tiếng về cái gì? Học hành hay đẹp trai?

- Nổi tiếng học giỏi!

Bà Luận buột miệng:

- Vậy chắc ảnh đâu biết ca hát gì hả?

- Đúng! Nhưng hồi xưa kìa. Sao chị biết?

- Tui chỉ suy đoán thôi. Mấy đứa máu mê văn nghệ thì có học hành ra gì, đậu vớt là may lắm rồi. Còn mấy tay mọt sách thì suốt ngày đêm dùi mài kinh sử!

Bà Luận lại kín đáo nhìn lên vách nơi treo tấm ảnh. Anh chàng đẹp trai ngày xưa ở trọ nhà Tám Đực ngay cái cầu công cộng bên bờ sông. Không nhằm lúc và chỉ nói cà lăm mấy lời không nghe rõ, chàng ngố trao tặng tập thơ tình viết tay tuyển chọn từ những tác giả tiền chiến, trong đó kèm bức thơ tỏ tình văn hay chữ tốt nhưng ở cuối thơ viết một câu quá sỗ sàng coi phát ngượng, *"Hôn cưng một ngàn lần!"*

Bà Lan thỏa mãn tự ái thấy bà khách nước da đen và trông già hơn mình. Dù bà Luận bới tóc và ăn mặc chưa hợp thời trang mấy, nhưng chắc hồi xưa nếu không phải là hoa khôi thì cũng là á hậu Cần Giuộc. Còn bà phải sang tận Gia Nã Đại gặp ông bác sĩ thổi kèn giải phẫu lấy bớt mỡ mí mắt và sửa lại cái mũi cho cao hơn; lại sang cô Dược sĩ Thanh xăm môi hồng hình trái tim, bà có đẹp thêm tí chút cũng đâu có cầm chơn ông ở nhà mãi được.

Vừa nói chuyện, bà Lan thỉnh thoảng quay lên phía nhà trước, mà trên vách tận đầu hồi dán một tấm bản đồ lớn, phía dưới chưng hình một ông cụ râu dài, giống ông Lý như hai giọt nước:

- Hình ông nội sắp nhỏ đó. Ảnh đi chỉ có một năm thì ông già qua đời, xin nó đâu cho về!

- Sao không cho về? Nhiều người có thân nhơn chết, nó cho về phép bốn ngày mà!

- Lúc đó ảnh bị nhốt *connex!*

- Sao nhốt?

- Trốn trại không thoát!

- May cho ảnh!

- Nhốt biệt giam, sao may?

- Lúc mới chắc để dằn mặt, tụi nó bắn nhiều người trốn trại!

Đưa ngón tay chỉ cô Linh, ý bà Lan muốn giới thiệu đứa con gái lỡ thời:

- Lúc ấy con nhỏ đó mới sáu tuổi!

Ở đây có cảnh *kỳ thị* rõ ràng - kỳ thị về tuổi tác! Anh kỹ sư và cô con gái đang ngồi nói chuyện ở phòng khách đặc biệt. Bọn chúng cùng trang lứa, nói gì người lớn không nghe, nhưng có vẻ tâm đồng ý hợp. Bà Lan càng vui vẻ và tỏ ra càng thích và chiều bà Luận đang ngồi đối diện ở cái bàn ăn mặt đá cẩm thạch hơi cũ trong nhà bếp thông với phòng sanh hoạt gia đình.

Họ nghe loáng thoáng những câu đưa đẩy:

- May mắn lắm mới về ở gần Linh!

- Linh nghĩ cũng tới lúc nhưng chưa gặp người vừa ý!

....

Bà Lan quảng cáo:

- Lúc giặc tới, sắp nhỏ mới lớn, nhà khổ cực trăm bề nên hai đứa con gái tui đảm đang lắm. Có khó mới ló cái khôn!

Với bàn tay tiếp sức một cách tự nhiên của khách, bà Lan vừa làm một bữa cơm thân mật đãi người đồng hương, vừa chỉ ra cái sàn gỗ, trên lan can đặt nhiều chậu hoa mua màu tím sẫm và đỏ đậm, thêm hai hộc bông vạn thọ mà thân nhỏ xíu cao tối đa chừng nửa gang tay nhưng hoa nó giống hệt bông vạn thọ bên mình mà mỗi Tết lúc còn nhỏ anh Lý hay cùng bà chị gánh lên chợ Ngã tư Xoài Đôi bán.

- Ảnh trồng đó! Hình như càng lớn thì người ta càng thích gần với thiên nhiên hơn.

Bà Luận chưa có ý kiến, bà Lan lại nhớ chuyện cũ:

- Lúc ảnh đi cải tạo, tui ở lại Biên Hòa luôn tới khi ảnh về.

Từ ngày ông xã tự nguyện vô nhập trại, bà Luận không biết tin tức gì, tìm khắp nơi cũng không ra - chỗ nầy chỉ chỗ kia, mãi cho tới khi có người bạn tù về ghé thăm.

Bà Luận thở dài:

- Tôi kém may mắn hơn chị: Ảnh đi luôn không về!

- Ảnh chết trong tù?

- Chúng hành hạ ảnh rồi nhốt *xà-lim* cho tới chết!

Anh Long thuộc lớp đàn anh, con nhà giàu nên lúc nào cũng ăn mặc lịch sự lại có tánh nghệ sĩ; nhập ngũ thì đi ngành Chiến tranh Chánh trị nên *trường thọ*. Trái lại, anh Lý vốn dân quê chơn lấm tay bùn, học tới lớp đệ nhị mà chưa mặc đồ giặt ủi bao giờ! Hồi phục sau cú sét ái tình đánh xiểng niểng, anh gượng lên Sài Gòn học một năm nữa rồi tình nguyện làm cánh chim phiêu bạt, và thề sẽ lập công danh sự nghiệp, nhưng sự nghiệp công danh chẳng thấy đâu thì *trời sập!*

Bà Luận tiếp:

- Nhớ lúc đó công an ở nhà động viên gia đình tôi đi kinh tế mới cho ảnh mau về. Phải nghe lời tụi nó thì thấy bà luôn rồi!

- Chỗ tui cũng vậy. Tụi nầy có một sách. Không ai dạy mà tự nhiên mình khôn ra!

- Hoàn cảnh nó dạy mình. Đi với ma mặc áo giấy mà!

Bà Lan cười xấu hổ:

- Nói chị đừng cười. Tôi thấy hình như cải tạo về ảnh "khôn" ra chớ hồi đó ảnh "khờ" lắm!

Từ ngày bỏ xứ theo chồng sống cuộc đời nhà binh, bà Luận không hề nhớ tên tuổi anh chàng ngố rụt rè trao thơ tỏ tình. Mãi tới sau khi ông xã qua đời, đôi khi bà cũng chịu khó nghe bạn bè nhắc tới tên anh với lòng ngưỡng mộ:

- Ở tù ra nó như lột lưỡi, chớ hồi xưa cạy miệng nó cũng không nói! - Người bạn thêm - Lại văn nghệ văn gừng nữa!

*"Anh ta ngây thơ quê mùa nhưng yêu mình thật tình!"* Có lần bà định... nhưng nghĩ ngượng ngùng, *"Hồi xưa mình đã không để ý người ta mà bây giờ tìm kỳ quá!"* Rồi ngày qua ngày, cuộc sống bấp bênh lo chạy ăn chạy mặc khiến bà quên đi một hình ảnh mờ phai. Còn thằng Thắng ngày càng lớn èo uột trong đơn côi bị bọn con cháu giặc Hồ hiếp đáp nên bà quyết định:

- Tôi liều mạng cho thằng nhỏ đi. Còn tôi cố bám lại Sài Gòn ngày nào hay ngày nấy. Cũng may trót lọt!

Bà Lan phụ họa:

- Trời cao có mắt! Ở hiền gặp lành mà chị!

- Coi vậy chớ không phải ở hiền gặp lành đâu chị! Tôi biết nhiều cảnh tang thương lắm, mà toàn người hiền lành không. Vậy bao nhiêu người làm mồi cho cá mập đều dữ hết sao?

Bà Lan cụt hứng nói lảng:

- Tôi thấy phụ nữ mình - nhứt là vợ lính - khổ quá!

## 2

Rồi một buổi chiều, ông Lý đang hốt lá mùa thu ngoài vườn nhìn qua hàng rào. Bầu không khí hơi se lạnh lúc nầy thật dễ chịu. Như một khám phá mới, ông thích nhìn những chiếc lá vàng cuốn bay theo gió nhẹ nhàng rồi rơi rải rác trên bãi cỏ. Từ ngày căn nhà bên đổi chủ, *tự nhiên* ông thích hốt lá phong vàng với lý luận một chiều rằng *"Công việc nhẹ nhàng bất quá như tập thể dục cho khỏe. Mình lớn tuổi không làm gì dễ bị bịnh lắm!"*

Ít khi thấy ông làm công tác lao động tay chơn mà siêng năng đến như vậy vì công việc của ông có giờ giấc hẳn hoi đâu ra đó cả: Thời gian làm việc kiếm sống, lúc nào viết, giờ đọc sách, khi nghiên cứu, buổi làm vườn.... Ông lại tự ý tăng giờ phụ trội cho công tác làm vườn! Bây giờ ông lại cho rằng bề ngang cái bồ cào hơi dài, chắc ý ông muốn lượm từng lá bỏ vào bịch!

Không biết có hẹn hay không, bà Luận bên kia hàng rào hỏi vói qua:

- Chị đâu?

- Con Linh chở bả đi thăm một người bạn.

Lại hỏi tiếp:

- Bao lâu?

- Khuya mới về.

Bà Luận mời:

- Anh qua, tôi pha *café* cho anh uống!

Không đợi trả lời, bà lại nói thêm:

- Tôi bận sau nhà, cửa trước không khóa nghe!

Từ cái sàn gỗ phía sau, bà Luận quày quả vào trong dọn dẹp nhà cửa cho tươm tất. Xong, bà đi tắm, lại thấm chút dầu thơm vào lòng bàn tay xoa xoa rồi xát vào cổ và ngực. Khoác chiếc áo cánh mỏng vào, bà nhìn vào kiếng mỉm một nụ cười hạnh phúc mà lâu lắm rồi không tìm thấy. Trong khi ấy bên nầy, ông Lý bỏ dở công việc ngay tức khắc, như thường lệ tắm rửa thay đồ trong năm phút, bước qua.

Bà Luận xoã tóc dài trên lưng, đang pha *café:*

- Tôi biết anh thích *café Du Monde*.

Vừa ngồi vào *xa-lông*, không còn run như hồi xưa, ông Lý tiếp lời bà:

- Bây giờ qua Mỹ bày đặt vậy, chớ hồi xưa chỉ *xây-chừng* mà đôi khi cũng không có tiền!

Bà Luận nói một câu bâng quơ:

- Cái vườn rau sống của anh coi bộ được mùa!

Ông Lý cười:

- Thì giờ eo hẹp, tranh thủ qua đây đâu phải để nói chuyện vườn rau ao cá!

Như tập làm văn hồi tiểu học, ông Lý lại nhập đề trực khởi:

- Phải hồi xưa bà yêu tui và chịu lấy tui thì đâu có

dang dở!

- Hồi trước anh khờ quá mà! Xin lỗi anh, tui phải dùng chữ "khờ"!

Ý bà Luận muốn nhắc khoảng thời gian cuối năm đệ nhị. Khi những hàng phượng vỹ trên sân trường đỏ rộ, đồng thời với những quyển lưu bút ngày xanh chuyền tay nhau ghi kỷ niệm học trò, anh Lý cắt giấy nguyên chưa xài trong cuốn tập cũ năm trước chép mấy bài thơ tình nổi tiếng thời tiền chiến đóng lại, làm bìa, rồi đặt tên "Tình Thơ Tặng Em Yêu".

Thức trắng hai ba đêm, với không biết bao nhiêu *café*, thuốc lá, và tra cứu sách vở viết bài "luận thuyết" về tình yêu và hạnh phúc lứa đôi dài mười hai trang giấy *pơ-lua* hồng kèm vào tập thơ để chờ cơ hội thuận tiện. Không dám tới nhà, không dám tới lớp, cơ hội ngàn vàng là một buổi chiều tại ngay cái ngã ba lộ đất trước khi quẹo vô nhà trọ, anh Lý run run trao thơ tình.

- Ờ mà khờ thiệt! Tôi chuẩn bị đâu đó kỹ lắm mà bị cô hoa khôi hốt hồn lại quên hết!

Bà Luận cười thỏa mãn:

- Nhớ lại cử chỉ bối rối và cái mặt đỏ rần của anh hồi đó thấy thương quá!

- *"Thấy thương quá"* mà không chịu thương!

- Xin lỗi anh! Tui nói thiệt anh đừng buồn! Đọc bài "tiểu luận" về tình yêu của anh, nếu không biết anh chắc tui cảm động lắm!

- Nếu bây giờ làm lại từ đầu thì chắc tui không

đến đổi vụng về như vậy nữa đâu!

Bà tiếc nuối:

- Làm sao níu ngược thời gian? Trên dưới bốn mươi năm rồi còn gì!

Ông Lý khẳng định:

- Bốn mươi mốt năm!

Bà hỏi lại:

- Bốn mươi mốt năm?

- Phải! Đúng bốn mươi mốt năm. Lúc đó bà mười lăm, còn tui mười bảy. Mười bảy bẻ gãy sừng trâu mà chết yểu trong đôi mắt mỹ nhơn!

Bà Luận cười nhìn ông Lý:

- Bây giờ mới nghe anh nói một câu có vẻ văn chương! Phải hồi xưa anh biết nói chuyện thì chắc có khi tui cũng xiêu lòng!

Ông cười:

- Văn chương cùng mình mà hồi đó nói không ra đó thôi!

Bà Luận an ủi:

- Anh viết thì được nhưng không biết *cua* gái! Vậy làm sao chỉ chịu anh?

Ông Lý thật thà:

- Bả *cua* tui thì có! Sau khi thất tình bà, gặp bả, tui *trao thân gởi phận* luôn!

- Hèn chi!

- Sau nầy khi lớn lên có chút kinh nghiệm đời, tui mới hiểu tại sao thất bại.

- Tại sao?

- Bà là người trong cuộc phải rõ hơn tui. Ngoài ra, anh Long học trên tui hai lớp, còn tui chỉ có hai bộ đồ *kaki* thay đổi.

Giọng bà Luận buồn buồn:

- Cũng do duyên số cả!

Ông Lý nhìn sâu vào đôi mắt bà Luận, tưởng như trước mặt mình một người con gái mảnh khảnh ngực mới dậy vú cau trong chiếc áo dài xanh dương mỗi thứ hai chào cờ:

- Hàng bao nhiêu năm sau tui vẫn mơ thấy đôi mắt long lanh và cái miệng cười của bà!

Bà Luận chớp mắt. Vâng! Bà biết điều ấy. Dù hồi đó tại cái quận lỵ heo hút nầy không có mở cuộc thi hoa hậu nhưng bà tự biết nhan sắc thiên thần của mình. Một cảm giác thích thú thỏa mãn dâng lên trong lòng khiến bà như trẻ lại.

Ông Lý như không thể dừng:

- Đến đổi trong nhà binh đi khắp bốn vùng chiến thuật, lòng tui lúc nào cũng chỉ mong gặp bà một lần rồi có *lên bàn thờ* cũng mãn nguyện!

Bà Luận liếc ông:

- Xạo quá hà!

- Bà có thể nghĩ tui cố nói cho bà vui lòng! Nhưng không! Tui không biết nói láo...

Bà Luận ngắt ngang:

- Xạo thì có hả?

Ông Lý như bị ma nhập cười không để ý câu nói của bà, tiếp tục:

- Hồi ra trường trước khi trình diện đơn vị - nhờ nhà binh huấn luyện có dạn dĩ hơn đôi chút, tui về Cần Giuộc tìm nhưng hai bác nói bà đã "sang ngang rồi!" *"Tôi đưa em sang sông, chiều xưa mưa rơi âm thầm, để thấm ướt chiếc áo xanh, và đẫm ướt mái tóc em..."*.

Giọng ông già gần sáu mươi không phải là ca sĩ chuyên nghiệp cũng đủ xoáy vào tâm hồn người phụ nữ cô đơn, nhắc nhớ một cuộc tình đơn phương trớ trêu. Bà Luận đứng dậy vuốt lại mái tóc, vừa vào bếp vừa hỏi:

- Anh biết pha *consommation* hôn?

Ông Lý cũng đứng dậy đi theo:

- Thằng cháu Thắng đâu?

- Nó đi dự *pạc-ti* nhà bạn.

- Bà thích loại nào?

- Em... Tui đâu biết loại nào!

Ông nhẹ nhàng cầm lấy bàn tay bà đưa lên môi hun:

- Có thứ nầy tui không nhớ tên nhưng *uống* dễ chịu lắm!

Hai người cùng cười. Bà Luận sống lại một hạnh phúc xa vời. Ông Lý pha "thứ thiệt" cho mình và hơi nhẹ cho bà, nồng độ dành cho phụ nữ. Xong, hai người cụng ly:

- Mừng hội ngộ!

- Tái ngộ mới đúng!

Hai người trở lại *xa-lông* ngồi bên nhau. Mùi thơm dịu dàng thoang thoảng vây quanh. Ông Lý từ từ tiếp:

- Lúc tui đi tù, vợ tôi xấc bấc xang bang với bốn đứa con nít, một thân chống đỡ biết bao nhiêu hiểm họa từ xã hội và bọn chúng. Sau khi ở tù về, đi hoài không lọt, tui liều mạng cho hai thằng con đi mất tích luôn! Tui ân hận suốt đời! Giờ chỉ còn hai đứa con gái: Đứa lớn có chồng ở gần đây, con út đang làm chuyên viên địa ốc như bà thấy đó!

Bà Luận la trời nho nhỏ:

- Tưởng hoàn cảnh tui đã là cùng cực mà của anh chị bi thương quá!

- Có lâm vào cảnh khổ cùng cực như vậy, con người mới khôn ra, mới sáng con mắt ra! Những bài thơ nhạc hôm trước bà xã tui tặng chắc bà đã xem qua rồi, tui đều làm trong tù hết đó!

- Tự nhiên anh biết viết nhạc?

- Không! Phải học chớ tự nhiên làm sao mà biết được! Tui học ở bạn tù: Tân nhạc học Nhạc sĩ Hiếu Anh, cổ nhạc học Soạn giả Thanh Lịch.

Ông Lý nhìn cây đàn guitare *Yamaha* dây *ni-lông* dựng trên giá:

- Cây đàn nầy là bà chơi hay thằng cháu Thắng?

Lại nói thêm:

- Đôi má bà ửng hồng trông đẹp và lôi cuốn hơn bao giờ hết! Hơn hẳn hồi tuổi mười lăm!

- Mãi tới bây giờ tui mới nghe anh nói một câu mát dạ! Tôi chơi nhưng bỏ lâu quá cứng tay chắc đệm không hay.

Ông Lý đứng dậy:

- Không sao, cứ đệm. Hát có diễn tả nữa nghe! Bá Nha - Tử Kỳ gặp nhau đêm nay mà! Tui hát bản nầy bà nghe thử có xiêu lòng hôn?

*"Chiều trên phá Tam Giang, anh chợt nhớ em nhớ ôi niềm nhớ ôi niềm nhớ đến bất tận, em ơi, em ơi....*

*"... nghĩ đến ngày thi, tương lai thúc hối căn phòng nhỏ cao ốc vô danh, rồi nghĩ tới anh rồi nghĩ tới anh, nghĩ tới anh...".*

Ban đầu một người đờn một người hát, sau bà Luận nhập vai và hai người song ca:

*"... nghĩ đến một điều em không rõ, nghĩ đến một điều em sợ không dám nghĩ, đến một người đi giữa chiến tranh, lại nghĩ tới anh, lại nghĩ tới anh, nghĩ tới anh...".*

Bà Luận thẫn thờ, đôi mắt ướt lóng lánh lên dưới ánh đèn:

- Bài nầy của Trần Thiện Thanh mà! Cảm động lắm!

- Ờ! Nhưng phổ thơ của Tô Thùy Yên. Trong tù, chơi bản nầy nghe muốn khóc! Về nhà tui tìm bản nầy hát đi hát lại không biết bao nhiêu lần đến thuộc lòng, và hầu như gặp dịp là tui hát. Đây là bản ruột thứ nhứt nói về cuộc tình bấp bênh của hai người yêu nhau trong thời chiến.

Ngừng một lát, ông Lý mơ về thuở mới lớn ngày xưa nhìn bà Luận:

- Tui còn một bản ruột nữa về tình yêu. Đố bà biết?

Bà Luận còn xúc động đưa tay lau những giọt lệ đọng trên bờ mi:

- Bốn mươi năm không gặp làm sao biết được, anh!

- *"Tôi Đưa Em Sang Sông"*. Thất tình bà, tui mua bản nầy về học nhưng mà hát không được vì hồi đó chưa học *solfège*. Tuy vậy tui vẫn thuộc lòng. Mãi tới sau khi ở tù về tui mới tập được! Chỉ khi nào buồn mới hát, mà hát là nhớ người yêu đầu đời da diết!

Bà Luận như đắm chìm trong cơn mộng mị. Ông Lý nhìn thẳng vào mắt vào môi bà Luận, lại vô đề:

- Tui muốn nghe câu trả lời của bà.

Bà Luận hoàn hồn:

- Trả lời gì?

- Tui đợi trả lời bức thơ tình bốn mươi mốt năm về trước.

Bà Luận chớp chớp mắt tươi cười:

- Vậy là anh cũng đâu có kinh nghiệm gì!

- Không phải đâu! Ý tôi muốn nghe những lời yêu đương dù muộn màng thốt ra từ chính đôi môi mọng của bà!

Bà Luận ngập ngừng như chính ông ngày xưa. Ông Lý ôm hông bà kéo gần lại. Bà Luận hai tay choàng lên ôm cổ ông, tiếng bà rời rạc nghe không rõ!

■ nhuận sắc 5/11/2023

# chơi với chó

## 1

Chạy xe ngoài đường nhìn bảng hiệu dễ thấy nhưng muốn vào Pine Lake Plaza nầy rất khó khăn vì không có lối vàng dành quẹo trái. Cái tiệm may nằm trong góc chữ L của hai dãy phố thẳng góc với nhau, không căn nào bỏ trống, của khu thương mại có vẻ sung túc với bốn cây cổ thụ quanh năm bóng mát. Trước khi hùn với ông già mở tiệm, cô Nhung cũng đã đi làm mướn cho người ta. Đầu tiên cô làm giặt ủi rồi sau đó đi may. Trong chỗ làm sau cùng nầy, cô lại quen với một người đàn ông.

Về nhà, cô Nhung hỏi:

- Ba có biết ông Giỏi trước giải phóng...

Ông già ngắt ngang:

- Ai gọi *giải phóng*, con! Phải nói là *đứt phim, trời sập,* hay *sập tiệm*....

Cô Nhung xin lỗi vì đã sống và lớn lên trong xã hội mới, ái ngại nhìn ông già:

- Ba có biết ông Giỏi ở Biên Hòa hôn? Ổng nói biết ba.

Ông Tám Hớn hỏi thêm:

- Tướng tá ông đó như thế nào?

- Cỡ ba mà trông trẻ hơn.

- Dân miền nào?

- Người Nam.

Ông Tám nhớ lại hồi đó bốn đơn vị nhỏ nằm chung một khu, mà đã có ba người tên Giỏi vì ở miền Nam có rất nhiều người giỏi, nếu không giỏi kiểu nầy thì giỏi cách khác! Anh Bắc kỳ thì giỏi tán gái. Sở trường của một anh Nam kỳ là ca hát, nhảy đầm, và trai gái. Nhưng trái với thường lệ, anh nổi bật nhứt cũng lại là dân Bắc kỳ vì mới hăm mấy tuổi mà tóc đã bạc gần hết. Nghề chánh trong nhà binh không biết anh giỏi cỡ nào nhưng đánh xập xám thì anh xuất sắc. Bữa nào thắng lớn, anh hay rủ cả đám bạn thân lên quán *Cờ tây* ở Hố Nai nhậu, có khi say tới *lết bánh*. Anh hay nói:

- Tao khoái cái món rựa mận của Bắc kỳ Hố Nai.

Một anh Bắc kỳ cười tự đắc:

- Cầy tơ bảy món, món nào cũng hết ý! Dân Nam kỳ tụi bây chỉ có món chó xào lăn!

Anh Hớn nhìn nhận:

- Ờ! Trong Nam cái gì cũng xào lăn: Chó xào lăn, mèo xào lăn, lươn xào lăn.... Hầu như họ không biết làm món gì khác.

Anh người Bắc ấy phê bình:

- Trong Nam, người ta làm cái gì cũng có nước dừa, chắc tại dừa nhiều.

Nhơn lúc hơi ngà ngà, anh Giỏi hứng chí muốn kể một câu chuyện:

- Hồi đó nhà tao có nuôi một con chó...

Một anh đọc liền:

- Nhà em có nuôi một con chó. Nó có bốn cái chơn, một cái đuôi...

Cả đám cười tập làm văn tiếp theo:

- Nhà em có nuôi một con chó. Nó có bốn cái chơn, một cái đuôi, một cái miệng, và hai con mắt...

Một anh nào đó nhìn anh Giỏi, cãi lại:

- Con chó nhà mầy tới bốn con mắt lận!

Cuối cùng trong bữa tiệc nhậu mà ai cũng giành nói, anh Giỏi không làm sao kể chuyện đời xưa được. Mãi tới sau nầy, ông Giỏi kể con chó khôn ngoan ông già nuôi thời Việt minh. Để bảo đảm công tác bí mật, cán bộ ra lịnh không ai được nuôi chó. Nhà bỏ nó vô bao mang lên thành cho một người bà con. Vậy mà nửa tháng sau, nó mò về núp ở góc nhà không dám hó hé, gặp người nhà nó ngoắt đuôi mừng rỡ. Ăn thịt không đành cũng không nỡ giết cho tới khi tai họa ập xuống gia đình.

Ông Tám nhận ra một anh Giỏi độc thân và trẻ trung:

- Già chuyện và đầu bạc trắng?

- Nói nhiều nhưng đầu không bạc mà tóc đen thui!

Ông Hớn từ từ:

- Giỏi đầu bạc, ba biết. Chắc ổng nhuộm tóc. Bác qua hồi nào?

- Được chừng khoảng một năm gì đó.

Đúng như ý ông thân của ảnh muốn, anh Giỏi mặt mày sáng sủa và thông minh nên có cái miệng rộng nói tía lia suốt ngày không biết mỏi! Chỗ nào có mặt anh thì rậm đám, cách năm mươi thước người ta đều biết. Ngày nào không nghe tiếng anh thì chắc chắn bữa đó anh nghỉ phiên hoặc khai bịnh. Trong Phi đoàn hiếm có một người nào lanh lợi như anh.

Hồi trước không ai đặt vấn đề dân Bắc kỳ miền Tây, nhưng sau nầy thì người ta nghi gia đình có thân nhơn "cách mạng" vì anh đi tù chưa tới ba năm thì về. Trong lúc nhiều người điêu đứng với đám côn an khu vực, đồng thời hiểu và học tiếng nước ngoài là một cái gì gần như có tội mà không biết anh chạy chọt thế nào lại được dạy Anh văn lớp tối tại một trường trung học, nơi mà cuộc tình cuối cùng đã đến với anh. Bà vợ cũng dạy học cho tới khi gần xuất cảnh thì "mất dạy"!

Ông Tám Hớn nhìn cô con gái:

- Nói ba mời bác cuối tuần nào rảnh lại nhà chơi.

Nhưng ông Giỏi chẳng bao giờ tới nhà chơi vì mải miết lo cơm gạo và nuôi đứa con gái duy nhứt đang gần xong trung học. Trong khi đó ông Tám sáng đi chiều về làm tà tà như công chức, thợ cũng mình mà chủ cũng mình, không lệ thuộc một ai. Ông nghĩ mình là cha lại có nửa phần trong cái tiệm, tự tiện trang hoàng, quảng cáo, sửa sang,... muốn làm gì thì làm, cho tới một lúc khi cô Nhung đủ lông đủ cánh thì:

- Một mình con làm cũng được! Thôi ba khỏi phụ con nữa, để từ từ con trả phần hùn lại cho ba.

Trả góp được một hai kỳ thì "cứt trâu hóa bùn", nhưng ông không màng, lại đi làm chỗ khác tới khi bị *lai-ốp* thì cô Nhung đề nghị ông trở lại làm thợ cho cô. Là người tự trọng nhưng không tự ái, hằng ngày ông đi làm đúng giờ đàng hoàng như làm hãng.

## 2

Trước khi *trời sập*, vì bận công tác nên mỗi tuần anh Tám đưa bà xã đi chợ hai lần, mà mỗi lần ít nhứt cũng ba tiếng đồng hồ. Trong thời gian chờ đợi, không phải hay chữ nhưng vì không có chỗ nào đi, anh Tám tới thư viện. Sau nầy quen nước quen cái thì anh hay la cà ở nhà ga Biên Hòa, rủ anh Thanh ra quán bà Sáu uống cà phê trước khi về tiệm may vừa chơi vừa nói chuyện trên trời dưới đất. Nhơn đó, anh học lóm được chút ít nghề của người bạn.

Không được may mắn như những người đi trước, qua bên nầy trễ, phải làm đầu tắt mặt tối để nuôi con ăn học, cho tới khi ông quyết định nghỉ hãng, hùn với đứa con gái mở cái tiệm may. Học hết một lượng vàng trước khi đi, cô con gái biết may *vết-tông* và sửa đồ lớn, nhứt là y phục phụ nữ, còn ông chỉ làm việc lặt vặt như lên lai, vắt sổ, quét dọn, và làm vệ sanh.

Lúc trước, cơ sở làm mắt kiếng của một ông bác sĩ già nằm kế bên chắc làm ăn không khá, tới lúc ông trở lại thì người ta mở một cái tiệm mới có cái tên *Puppy Care* rất lạ. Ông Tám chẳng biết nó làm ăn cái gì, nhưng nhờ hình màu mấy con chó con dán trên cửa kiếng người ta mới biết tiệm nầy chuyên môn giữ chó, dạy chó, hớt tóc chó,... nói chung là làm tất cả mọi dịch vụ về chó, đứng hàng số hai trong nấc thang xã hội. Người ta nói bên Mỹ phụ nữ là số một nên chủ và nhơn viên đều phụ nữ!

Nhưng ngồi may bên nầy, ông Hớn không nghe tiếng phụ nữ mà tiếng ăng ẳng vang lên suốt ngày có khi từng chập khích động, có khi liên tục dai dẳng một điệu nhạc buồn như tiếng kêu than của một dân tộc mất nước. Lúc xả hơi, ông vòng ra phía sau, lối đi đủ chỗ cho xe chạy một chiều. Ngăn bằng bức tường thành cao tới đầu, bên kia là khu dân cư cây cối mọc xanh um gie qua bên nầy, một số dây leo bò trên tường rào, thòng xuống gần tới đất.

Quẹo tay phải là đụng ngay cái cửa sau của tiệm chó mở ra ngay cái thùng rác công cộng, xung quanh vách tường, nhiều chuồng bằng sắt đủ cỡ nằm rải rác, dính đầy lông đủ màu, dậy lên một mùi hôi thúi tương đối, không đến đỗi như *"lăng bác hồ"* trong trại tù! Dưới đất, những dòng nước dơ chảy xuống chỗ trũng gần bức tường rào, còn đọng trên nền xi-măng trán nhựa gập ghềnh. Gió lặng, nắng im, không khí oi bức.

Cho tới một hôm, nhơn giờ giải lao ông Hớn đang

ngồi nhìn mông lung ra cửa trước thì một người đàn ông tướng tá phương phi đẹp lão đậu xe ẵm con chó xuống, tay cầm một đầu sợi dây da chừng hai ba mét cho nó chạy trước. Khoảng nửa tiếng đồng hồ sau, ông Giỏi ghé thăm.

Ông Tám Hớn cảm động:

- Từ ngày giặc tới chạy loạn rồi đi ở tù không gặp lại. Mới đây mà đã mấy mươi năm rồi!

Ông Giỏi cười om lên:

- Mấy tụi bây hên cải tạo lâu nên đi sớm, còn tao chưa tới ba năm! Thằng em bảo lãnh mới qua chẳng bao lâu!

- Nghe con Nhung nói mầy làm dữ lắm! Còn ở Detroit hôn?

- Không, lên Troy rồi!

Ông Giỏi lý luận:

- Ai cũng vậy: Ngộ biến phải tùng quyền. Mới qua hoàn cảnh bắt buộc mình phải vậy. Giờ có ăn có mặc phải khác!

Ông Tám Hớn trách:

- Lên Troy rồi mà mấy năm nay Tết nhứt, gây quỹ thương phế binh,... tao không gặp mầy!

- Tao không thích sinh hoạt cộng đồng. Chán lắm!

- Cả cứu bồ thương phế binh?

- Làm sao tin được tụi nó!

- Tụi nào? Tụi tổ chức hay anh em thương phế

binh?

Ông Giỏi khẳng định:

- Cả hai! Tao yêu cầu gởi biên bản, tiêu chuẩn tuyển lựa, cùng danh sách thương phế binh - tao chịu tiền cóp-pi và bưu điện, mà họ có gởi đâu! Còn trong số người nhận thỉnh thoảng có khám phá ra cùng một hồ sơ mà địa chỉ ở cả ba vùng lớn Huế, Sài Gòn, và Cần Thơ, mà đa số do các nhà thờ gởi hồ sơ qua kèm lời giới thiệu của ông linh mục quản nhiệm. Lại có người "thương binh" mà không nhớ số quân và đơn vị trưởng, lại "phục viên năm..." và có những "huân chương...".

Ông Tám làm thinh.

Hóa ra không phải ông Giỏi ghé thăm hai cha con ông Hớn mà sẵn dịp:

- Mang con chó đến hớt tóc.

Ông Hớn ngạc nhiên:

- Chó mà cũng đi hớt tóc?

- Chẳng những hớt tóc mà còn phải làm neo cho nó nữa!

Ông Giỏi than:

- Tiền đâu chịu cho nổi?

- Cũng chẳng bao nhiêu, mỗi tháng tốn chừng hai trăm đến hai trăm rưỡi, tính chung kể cả tiền thức ăn.

Nghĩ mình đi làm mỗi ngày cô con gái trả chỉ có mấy mươi đồng mà phải chạy hàng hai mươi dặm tiền xăng cũng đủ hết, ông Hớn lặng người làm thinh. Ông Giỏi tiếp:

- Ngoài ra còn phải đăng ký vô sổ bộ ở thành phố lấy thẻ bài. Chó mèo gì cũng có hồ sơ lý lịch để kiểm tra còn hơn sổ hộ khẩu bên mình. Rồi phải khám sức khỏe định kỳ hàng năm cho nó nữa! Ở đây lâu chắc mầy cũng biết có bệnh viện thú vật, nhiều như bệnh viện cho con người, chứ không như bên mình.

Ông Hớn từ ngạc nhiên nầy tới ngạc nhiên khác:

- Khám sức khỏe định kỳ hàng năm? Sao giống phi công hồi đó quá vậy?

- Ờ! Như con người vậy!

Ông Tám Hớn bất nhẫn:

- Còn hơn con người nữa! Ở bển người ta nói bây giờ gặp trường hợp khẩn cấp nếu không có bảo hiểm hay không có tiền, nó cũng không chữa!

Ông Giỏi trở nên nghiêm túc:

- Ở đây, nếu nuôi không đàng hoàng sẽ bị hội bảo vệ súc vật kiện thưa nữa!

- Khó khăn rắc rối quá nuôi chi cho mệt?

Ông Giỏi phân bua:

- Coi như *hobby* mà. Ai cũng có sở thích riêng, như người thì thích uống rượu, người thích cờ bạc, chơi tem thơ, sưu tập tiền, chơi đồ cổ, đánh golf... tốn còn nhiều hơn nữa, nhứt là đi casino! Mình chọn cách chơi nào lành mạnh mà đỡ tốn kém nhứt!

Trái với ông Giỏi, trò chơi lành mạnh và ít tốn

tiền của ông Hớn là đọc sách nhưng chưa chắc lợi ích gì cho ai. Thật ra thì cũng khá tốn kém, nhứt là những lúc làm không ra tiền. Ông không dám phát biểu ý kiến:

- Biết vụ dân oan khiếu kiện hôn?

- Khiếu kiện gì?

- Dân bị cướp đất bất công khiếu kiện đòi đất.

- Không! Biết chi nhức đầu lắm!

Ông Giỏi đang hứng trở lại vấn đề:

- Bên Việt Nam mình, người ta nuôi chó mục đích chính là để giữ nhà. Khi nó không còn làm tròn chức năng được như già yếu, bệnh tật, hay bị thương thì ăn thịt. Người Nam kỳ ít ăn thịt chó, người Bắc làm cầy tơ bảy món, sau nầy lên tới mười mấy món, thêm phở chó, bún chó, cà-ri chó, và tiết canh chó nữa. Tao thích món thịt luộc chấm mấm tôm ăn với rau mơ uống rượu đế ở Ngã ba Ông Tạ.

Trong Nam, có người ăn mấy con vật lạ là thưởng thức chơi để xem mùi vị nó ra sao chớ không phải là món ăn chánh. Một người bạn của ông Hớn giải thích câu hỏi tại sao dân Bắc kỳ thích ăn thịt chó, đặc biệt là vào đêm 24 Noel, "Đãi một cái tiệc chừng mươi người, con gà thì không đủ, mà con heo thì thừa, cho nên con chó là tiện lợi nhứt. Riết thành thói quen chứ chưa chắc người Bắc thích ăn thịt chó."

Sau cuộc đổi đời, chẳng những người dân Nam bộ khổ sở điêu đứng mà thân phận chó cũng nguy hiểm trăm bề. Chó giống Bắc tràn vô tới trong Nam sanh sôi nẩy nở như rươi. Những nghề nghiệp liên quan tới con chó phát triển mạnh lắm. Ngoài những quán có tên gọi gây ấn tượng như Cầy tơ, Cờ tây, Quê hương, Hương quê... có từ xưa, thêm nghề nuôi chó và nghề đi mua chó về bỏ mối các tiệm.

Chỗ sửa xe của anh Hớn nằm ngay cạnh cái ống cống bên lề con xa lộ lên Vườn Mít. Mỗi sáng sớm sau khi giăng lều, lúc ngồi uống ly cà-phê đầu ngày, ngậm điếu thuốc vấn, thế nào cũng thấy một ông già chạy chiếc xe thồ mà phía yên sau có gắn cái lồng kẽm lớn. Bận về thỉnh thoảng ông ghé bơm cái bánh xe vì lồng chứa đầy chó đủ loại đủ hạng, nhìn chung thấy èo uột, bịnh hoạn, và ghẻ chốc. Có ngày ông đi hai chuyến, người ta nói ông mua về bỏ mối, và khi không hết ông dưỡng lại bán sau.

Bên mình hình như chỉ có hai loại: Chó ta và chó Tây. Chó Tây giống Berger là loại lớn con chỉ dân có tiền mới nuôi giữ nhà, loại nhà villa, thả ngoài vườn xung quanh có hàng rào cao và cho ăn thịt nên rất hung hăng. Người bình thường hầu như nhà nào cũng nuôi một hai con cho ăn cơm thừa canh cặn. Nhà nghèo nữa cũng nuôi, nếu không đủ no thì nó chạy rong ngoài đường tự lo liệu lấy cái ăn, ăn bậy ăn bạ, đụng cái gì ăn được thì ăn, và ăn cứt!

Bên Mỹ nầy người ta gọi chó theo giống như Labrador, Poodle, Min Pin, Shih-poo, Boxer... chớ bên mình thì phân biệt chó ta theo màu lông: Chó vá, chó vện, chó mực, chó cò.... Chó vá và chó vện thì cái tên cũng đủ mô tả nó màu gì rồi. Còn chó mực là chó đen tuyền, nhưng nếu con mèo như vậy thì người ta gọi là mèo mun. Như con trâu cò, con chó cò lông trắng toát như con cừu. Ngoài ra, thương ai thì lấy tên đặt cho con, ghét thì đặt cho chó. Vì vậy mới có cái tên chó Ky!

Nếu ai muốn nghiên cứu về chó thì khỏi cần đi đâu xa vì ông Giỏi là cuốn từ điển sống về thú vật. Ông tả từ con chó Chihuahua trắng nhỏ xíu cái đầu như của con mễnh mà lỗ tai vảnh lên như con thỏ tới con chó bò mặt gãy trông dị hợm mà mắc tiền nhứt; từ con Boston Terrier mình đen, trán, mỏ, ức, và cẳng trắng gần cả ngàn đồng đến con Cavalier King Charles nhỏ con mặt ngầu nhưng trông rất đứng đắn! Giá cả từ hai răm rưỡi tới hơn năm ngàn đô-la cũng có. Tới mùa người ta còn đem chó đi triển lãm nữa, nếu thắng được tiền thưởng lớn lắm!

Ông Giỏi còn nghiên cứu về lịch sử loài chó nữa:

- Khắp thế giới bây giờ hầu như ai cũng nuôi và dân nào cũng nuôi. Nội tổ của nó là loài chó sói rừng ở những vùng đại lục bắc bán cầu. Loại chó nầy là một trong những loài thú rừng có tầm hoạt động xa nhứt. Chúng sống thành đàn từ bình nguyên đến rừng rú, từ đồng cỏ đến vùng đất cứng sỏi đá. Như dân của nó, con chó Đức lớn con, mỏ dài trông dễ sợ như Schutzhund, chó săn Shepherd. K9 đa số dùng chó Gatorland, cũng giống Đức.

Nhưng chó săn trong tù cộng sản không phải giống Đức mà là giống du nhập từ Liên-xô và Trung cộng truyền sang Việt Nam, cái giống chó phản phúc chớ không còn giữ bản chất trung thành của loài chó nguyên thủy. Loại nầy được biệt đãi khi thì miếng cơm cháy, khi củ khoai mì, nhận quà nhiều hơn bình thường, và đặc biệt được thăm nuôi hăm bốn tiếng đồng hồ và ngủ nhà hạnh phúc với vợ, trong lúc những người tù khác chỉ thăm ba mươi phút.

Nghe ông Giỏi nói về chó phát mệt, ông Hớn xen vào:

- Có biết giống chó tên Việt Quích-li hôn?

- Không! Tên gì kỳ vậy?

- Chó nầy là loại chó ta.

Ông Giỏi vẫn không nhận ra giống chó nầy! Ông Hớn cười:

- Có biết ngư phủ Việt Nam bị bắn giết ở biển Đông hôn?

- Không.

Sau khi nghe ông bạn thuyết trình về đủ loại chó, thức ăn, đăng ký, cách săn sóc, và nuôi nấng chó,... ông Tám Hớn kể câu chuyện vui "Chó khôn hơn người":

*"Có một ông ăn mặc sang trọng giả dạng thường dân vô nhà hàng khách sạn 5 sao hỏi:*

*"Đem chó vô phòng ngủ được hôn?*

*"Anh quản lý trân trọng trả lời:*

*"Thưa ngài, Chúng tôi đã ở trong nghề nầy đúng một phần tư thế kỷ. Tui chưa bao giờ phải nhờ công an tống cổ một con chó ra khỏi khách sạn về tội làm ồn ào, gây phiền phức cho các phòng lân cận. Chưa*

*hề có một con chó nào say sưa ói ra thảm. Chưa hề có một con chó nào ăn cắp khăn trải giường, khăn tắm, áo choàng tắm, và áo gối. Chắc chắn chúng tui sẵn sàng đón nhận con chó của ngài nếu nó có thể bảo đảm cho ngài!"*

Ông Giỏi cười ngất khen:

- Mẹ nó! Công nhận thằng nào nghĩ ra câu chuyện nầy thâm thật!

Nhìn đồng hồ, ông Giỏi hẹn:

- Thôi tao về rước con nhỏ. Sắp Tết gặp lại.

Ông Tám ngạc nhiên:

- Sao nói cả gia đình mầy về bển?

- Ai giữ nó? Để nó chết đói ở tù sao! Về phải đem tới đây gởi. Nó tính tiền còn đắt hơn *child care* con nít nữa!

Khi ông bạn chào từ giã, ông Tám Hớn an ủi:

- Về nhà chơi với chó!

Như sợ xúc phạm người bạn già, ông Hớn thêm:

- Chơi với chó sướng hơn, chớ con người chán quá!

Ông Tám lột cặp kiếng lão để lên bàn máy, đứng dậy, lại gỡ sợi thước dây trên cổ ra máng lên thành ghế, định tiễn bạn ra tận bãi đậu xe. Ông Giỏi ngăn lại:

- Cứ ngồi làm đi!

Và quay sang cô Nhung, ông Giỏi cười:

- Đi làm mà câu giờ quá, coi chừng bị đuổi bây giờ!

Nhưng ông Tám vẫn mở cửa theo sau người bạn. Ra ngoài, chợt ông Giỏi kéo ông Tám lại hỏi nhỏ:

- Có quen Bác sĩ Bình không?

- Có! Chuyện gì?

Ông bạn cười cười:

- Nhờ ổng ghi cái toa thuốc.

- Mua trụ sinh và Motrin về Việt Nam hả?

Ông bạn hơi ngượng:

- Thuốc *Vigara* ấy mà!

- Bộ thằng nhỏ *xù lông gà rù* rồi hả?

- ....

Khi ông Giỏi lên xe, con chó thân yêu của ông mừng rỡ liếm mặt. Ông Hớn làm thinh gật đầu chào người phụ nữ lạ mặt hoa da phấn, không phải bà Giỏi. Người đàn ông hào hoa đẩy con chó mặt ngầu ra, nheo một mắt với ông bạn, không giới thiệu mà nói chữa:

- Người bạn!

■ nhuận sắc 5/11/2023

# người cha vô trách nhiệm

# 1

Hai vợ chồng anh chị Thân sanh được bốn đứa con, có trai có gái. Thời chiến tranh, chị là cột trụ gia đình mà đẻ chửa hoài khó quán xuyến nổi cái gia đình nghèo đói, nên anh chị hưởng ứng chánh sách kế hoạch hóa gia đình. Phần anh, mặc dù làm quan - danh giá nhứt trong dòng họ, nhưng cũng chỉ lên tới *thất phẩm triều đình*, anh đặt cho thằng út là Quang Trung theo tên người anh hùng mà anh hằng ngưỡng mộ với hy vọng sau nầy nó sẽ khá hơn những bực cha anh.

Vì thời cuộc, anh không lên lon nữa thì quan tước như vậy là đụng trần rồi. Ngày *đứt phim* cũng là ngày anh mang còng số 8 đi học *đại học xã hội chủ nghĩa* - cũng là người duy nhứt trong dòng họ, vì bị bắt tại trận với võ khí sau khi có lịnh buông súng. Vài tuần sau, căn nhà trong trại gia binh cũng bị đuổi nên chị Bài dắt con về quê tá túc với bà ngoại. Được ít tuần chị lại gởi sắp nhỏ, trôi lên Biên Hòa đi tìm chồng và cuối cùng lập nghiệp tại cái Cổng 2 Phi trường.

Theo nghề cha, lớn lên thằng Quang Trung gia nhập *đội bay*, chuyên môn *bay* đồ phi trường. Bảy năm sau, anh trở về thì tay nghề của nó lão luyện lắm rồi, chắc cánh bay có râu! Anh không lo giáo dục con cái mà nghe ai xúi giục phải làm lao động chơn tay mới mau được trả quyền công dân xã hội chủ nghĩa. Anh khăn gói lên Trị An làm rừng cho Xí nghiệp Khai thác Lâm sản Đồng Nai. Được một tuần lễ anh bị một trận kiết lị bán sống bán chết phải về nằm dưỡng bịnh ở nhà mất nửa tháng.

Anh tức hoài mà không biết tức ai, chắc anh tức cả nước! Anh cứ ấm ức trong lòng! Đánh lộn mà cột một tay chớ không phải dở mà thua! Mong có quốc tịch xã hội chủ nghĩa để anh lo việc đội đá vá trời. Đội đá không nổi, vá trời không được, anh không hứng thú sống trong cái xã hội mới nầy, bèn tính chuyện ra đi. Trong tù đào thoát không được, ra ngoài vượt biên không xong, thành ra mới nghĩ tới thằng con. Suốt cuộc đời, anh chỉ thành công có mỗi một lần duy nhứt!

Rồi cũng do thời cuộc đưa đẩy, anh đi định cư nước ngoài. Người ta cho rằng chánh phủ Huê Kỳ ân hận muốn chuộc lỗi lầm đã bỏ rơi miền Nam. Còn những nhà chánh trị suy đoán rằng Mỹ chuẩn bị bắt tay với kẻ thù nên rước cựu tù nhơn đi để việc trị an được dễ dàng cho nhà cầm quyền mới vì cả trăm ngàn sĩ quan chế độ cũ là thùng thuốc súng trong một đất nước chưa ổn định. Lại nữa, rước thành phần tinh hoa xã hội miền Nam qua chỉ có lợi cho nước Mỹ.

Chuyện anh ra đi, nhiều người cho là may mắn,

lại có người nghi ngờ. Trong nước có cha mà thằng Quang Trung không nên người thì ra ngoài nầy lúc còn vị thành niên nó có hư cũng là điều dễ hiểu.

Bà Bài trách:

- Anh là một người cha vô trách nhiệm!

Ông Thân gượng gạo trả lời:

- Ờ! Anh vô trách nhiệm thiệt!

- Con cái không lo, anh chỉ lo chuyện viễn vông! Đáng lý ra anh phải theo sát nó.

Ông chống chế:

- Nó đâu phải con nít! Em tưởng nó năm mười tuổi sao?

- Thì hồi cải tạo về anh đâu ngó ngàng gì! Bây giờ cũng vậy, xuống tiệm anh cũng cứ cắm mũi vào cái computer của anh đến nỗi không biết nó đi lúc nào!

Bà lại nói:

- Bảo nó đưa tiền cho anh giữ!

- Đành rồi nhưng nếu cố tình, nó *dím* lại thì mình cũng đâu có biết. Bằng không, bảo bạn nó đưa bao nhiêu không được. Tiền buôn bán, nó cho tụi bạn mượn mà!

- Đành vậy nhưng sẵn trong túi thì dễ hơn, mượn bạn nó thì nó ngại.

Đôi khi bà Bài nổi giận kể tội thì anh Trung bảo bà nói nhảm:

- Em thấy thằng nầy mình xẵng với nó không được. Mình lớn tiếng thì nó la lại mình. Phải nói ngọt với nó!

- Nó còn ngọt hơn mình nữa. Nó ngọt ngào xí gạt mình bao nhiêu lần mà mình vẫn nghe. Chính nó đã nói *"Đừng tin mấy thằng hút!"*

Thành ra, không giao chìa khóa xe thì anh ta mượn xe của khách, không đưa tiền thì lấy tiền tiệm. Cuối cùng thì cách gì anh ta cũng đi được. Ban đầu anh còn đi chỗ khác, thấy ông bà không phản ứng gì thì mang về tiệm *chơi* luôn. Đa số khách khứa cũng đều bạn bè *dân chơi* đã từ bỏ *nàng tiên nâu* không muốn nhìn thấy cảnh cũ nên lảng dần. Ông Thân nghĩ chỉ có cách cho thằng Quang Trung đi cai và đóng cửa tiệm thì may ra mới cứu vãn được người anh hùng của ông!

## 2

Ngày hôm qua tự đóng cửa tiệm *chơi* đã đời nguyên đêm, khoảng hơn mười giờ sáng anh Trung gọi ông. Tới trưa trưa, ông Thân bỏ công việc rán đi chở anh Trung từ tiệm về. Trên xe, anh ta tự nhiên hút thuốc, ông la bao nhiêu lần cũng như không. Hầu như suốt đoạn đường ông không nói gì vì ông nghĩ có nói gì rồi cũng như nước đổ đầu vịt, không khéo anh Trung lại nổi cơn thịnh nộ thì ông cảm thấy bị xúc phạm. Bị xúc phạm mà không làm gì được mới khó chịu!

Định làm thinh luôn nhưng gần tới nhà ông lại nói một câu ngọt ngào và lịch sự:

- Trung à! Hồi sáng nầy ba đổi ba thùng vỏ chai được ba đồng sáu mua *baby food* cho con bé Hiền!

Tưởng lời kêu khổ của ông gây xúc động, trái lại anh Trung nổi nóng:

- Sao ba cứ nói vậy hoài? Con *chơi* nhưng con làm chớ bộ! Bữa nay lễ con *chơi*, thứ Sáu nầy con không *chơi* nữa!

Ngày lễ Độc Lập người Mỹ bắn pháo bông và mở *pạc-ti* ăn mừng nhưng công dân Quang Trung đi chơi với *nàng bạch tuyết!* Anh nói rằng anh buồn vì từ khi cái tiệm café karoke Mai Sau mở chỉ cách một dặm, hầu như không còn một người khách nào tới club nữa. Gia đình phải chịu phạt lấy cái CD chưa đáo hạn ra trả tất cả mọi chi phí mà không thu lại được đồng nào. Thấy những lời gỡ gạc sau cùng không hiệu quả gì, ông Thân làm thinh.

Không giống như thần tượng Quang Trung phương phi tốt tướng, ông con Quang Trung của ông lê cái thân tong teo chừng hơn bốn mươi ký một chút về nhà không nói không rằng, không nhìn vợ và không đụng tới hai đứa con. Thằng Tí chạy theo gọi "Ba", anh làm lơ đi lên lầu, vào phòng khóa cửa lại. Buổi tối, như thường lệ, thằng Tí ngủ với ông nội, con bé Hiền ngủ với bà nội. Cô Trân giận qua phòng kế bên ngủ như thỉnh thoảng vẫn làm.

Khoảng xế chiều ngày hôm sau cửa phòng mở, xuất hiện một Quang Trung có cái mặt hẹp bằng bàn tay với cục mụn bọc như viên bi đang tươm mủ da ửng đỏ - cái trước chưa lặn hẳn, ngay trên mép môi, và cái miệng chép chép. Ông Thân đưa mắt nhìn từ râu ria lởm chởm trên cằm, môi, và thái dương xuống tấm thân tàn ma dại của ông con rồi lắc nhẹ cái đầu, im lặng.

Thấy thằng con quí tử ngủ dậy đang sửa soạn, bà Bài ngọt ngào hỏi:

- Đi đâu sớm dữ vậy, con?

Anh Trung bảo bà Bài đưa chìa khóa xe và lấy một trăm rưỡi ngày hôm qua anh gởi, nhỏ nhẹ nói với mẹ:

- Con đi dán quảng cáo mở cửa!

Bà Bài năn nỉ:

- Không mở cửa thì con ở nhà đi cho chắc!

Anh Trung coi như không nghe thấy:

- Không cho con đi thì ba dán quảng cáo đi!

Biết ông Thân không làm được chuyện đó, bà Bài giận lẫy móc tiền ra đưa:

- Tao không đưa chìa khóa xe, mầy muốn đi bằng gì thì đi đi!

Đứa con vẫn còn từ tốn:

- Con *chơi* nhưng con cũng lo làm ăn!

Vì anh Trung nói câu nầy cả trăm lần, bà Bài nổi

nóng:

- Lo... lo cái gì, mầy mà lo? Lo *chơi!*

Anh Trung biết ăn nói nhỏ nhẹ thì không được việc nên đổi giọng:

- Có quảng cáo thì mới mở cửa được chớ!

Quang Trung là vị vua nổi tiếng anh hùng bách chiến bách thắng với những chiến công hiển hách, nên mỗi lần ông con Quang Trung lớn tiếng thì cả nhà chịu thua!

Ông Thân nhìn bà vợ:

- Thôi em đưa chìa khóa cho nó đi!

Sau khi xe chạy rồi, ông hỏi cô con dâu:

- Trân! Đây xuống *đó* bao xa?

- Dạ khoảng 45 phút.

- Lấy *hàng* bao lâu?

- Dạ chừng mươi mười lăm phút. Nhưng có khi tới có liền, vì ổng gọi điện thoại hẹn trước.

Bà Bài than:

- Trước đây một tuần nó mới *chơi* một lần. Rồi hai ba ngày. Rồi bây giờ hầu như mỗi ngày!

Ở chung với cha mẹ, anh Trung không phải lo bất cứ một chuyện gì. Thậm chí ăn uống anh ta cũng bắt vợ đưa lên tận cái phòng bừa bãi và hôi hám mà nói hoài vẫn trơ trơ nên thỉnh thoảng bà Bài phải dọn. Nhiều lần ông bà Thân định đuổi ra khỏi nhà cho anh ta cảm thấy có trách nhiệm với vợ con: Tiền mướn nhà, tiền điện, tiền nước, tiền ga, tiền sữa và tiền tã con nít... một trăm thứ tiền! Nhưng nghĩ thương hai đứa cháu nội. Mẹ nó chữ nghĩa không tới đâu, lại mới qua chưa thích ứng với cuộc sống ở đây, lái xe chưa học, tiếng Anh không biết, làm sao cáng đáng một gia đình riêng với người chồng như vậy.

Đó là người đàn ông không còn liêm sỉ. Truyền hình, máy hát ở nhà chưa mang đi bán nhưng đồ tiệm thì đã *mại* rồi. Cái điện thoại cho khách bỏ bạc cắc vào gọi đã *mại* năm mươi đồng. Anh bảo thay cái máy khuếch đại âm thanh công suất lớn hơn nghe mới hay, rồi cái cũ không cánh mà bay, sau được biết giá một trăm. Thậm chí thuốc lá cũng lòn cho thằng bạn *đồng môn* - lúc ấy ông Thân chưa biết, *"Con dư dùng bán lại cho bố, bố trả bao nhiêu cũng được!"*

Lần mất uy tín nhứt là lấy xe anh Sang đi mướn motel *chơi* liên tiếp hai ngày hai đêm đến hết tiền mới chịu về. Vợ anh Sang đang mang bầu mà chìa khóa nhà lại nằm trong xâu chìa khóa xe. Vợ chồng người bạn anh Sang phải tới chở chị về nhà tắm rửa nghỉ ngủ để ngày mai đi làm tiếp. Lúc tơi tả trở về thì anh Trung mới thấy ân hận - ân hận một cách đột xuất và như thiệt, và nhờ ông già trả chìa khóa cho anh Sang, *"Con xấu hổ quá không muốn gặp mặt thằng Sang!"*

Ông Thân bàn với vợ:

- Chắc phải áp dụng biện pháp sau cùng!

Bà Bài lắc đầu:

- Lại cũng như những lần trước, bắt cóc bỏ dĩa, nó đâu có sợ gì!

- Ở đây luật lệ đàng hoàng, khép tội được thì cảnh sát mới bắt. Không có bằng chứng thì mình có năn nỉ nó cũng không bắt. Nó sợ mình thưa ngược lại. Bữa nay hy vọng bắt tại trận thì nó khỏi chối!

Bà Bài đồng ý gật đầu, rồi lại tiếp:

- Nhưng sao thằng Sớm bị nhốt tới một năm đó!

- Thằng Sớm bị nhốt một năm là do tội khác, domestic violence, bạo hành gia đình. Khi thằng Sớm đang *phê*, vợ gọi cảnh sát, nó nổi cơn đập con nhỏ mới bị bắt.

- Vậy anh liên lạc Bác sĩ Bền nhờ ổng kiếm giùm chỗ cho nó đi cai!

Trước nay ông bà cho cô Trân đi theo là để giám sát anh Trung, với hy vọng có thể cản ngăn và kềm chế khi anh ta lên cơn đòi hỏi, hay thậm chí báo cáo lại hành động của chồng để ông bà tìm biện pháp thích ứng. Nhưng có lần gần 12 giờ đêm, anh ta chở cô đi thẳng tới chỗ lấy *hàng*, mà sau nầy khi anh ta quá đáng lắm và nhơn dịp nào đó cô mới khai ra. Cũng tại vì mấy tháng nay kiệt quệ, anh Trung hứa hẹn sẽ cho tiền gởi về cha mẹ bên Việt Nam, cô Trân nghĩ "Thôi kệ ổng, *chơi* mấy chục năm nay thì lâu lâu *chơi* một lần ăn thua gì!"

Ông nhìn cô Trân rồi quay sang bà Bài:

- Con Trân đi theo cũng đâu có giữ được nó!

Đậu xe bỏ mặc cô Trân, anh Trung nhảy xuống đi thẳng vô trong cái xóm nghèo nhà cửa đổ nát, rác rến đầy đường, không khác khu nhà ổ chuột bên mình. Sợ hãi, cô Trân lập tức bỏ xe đi theo nhưng anh chồng mặc kệ. Mò mẫm tới tận nơi mới biết đó là khu nhà hoang chờ ngày giải tỏa. Không xe cộ qua lại, không một bóng người. Chỉ nghe tiếng gió rít qua những hàng cây cổ thụ giữa đêm đen! Chỉ thấy những cặp mắt xanh của mấy con mèo hoang lởn vởn quanh buội hoa tàn.

Thời gian ngừng trôi trong khoảng mười phút thì anh Trung đi ra từ con hẻm cạnh căn nhà mà trước hiên có cái lồng chim cũ đặt trên một cái thùng rác nhựa bể úp xuống làm mật hiệu, không có vẻ gì ngạc nhiên:

- Đi theo chi vậy?

- Chỗ hoang vắng giữa đêm khuya vầy bỏ tui một mình mà ông bỏ được!

Anh chồng tỉnh bơ:

- Tới cơn chuyện gì không làm đuợc!

Chị Trân nói mát:

- Bán vợ đợ con anh cũng làm luôn hả?

Người lên cơn nghiện trở nên trơ trẽn:

- Chớ còn gì nữa!

# 3

Khi ông già Thân chở cô con dâu xuống tiệm là lúc anh Quang Trung đang *phê* trong phòng vệ sanh nữ. Ông ra ngoài gọi cảnh sát thành phố tường trình sự việc thì chừng năm mươi phút sau hai xe cảnh sát tới.

Ông Thân gõ cửa. Tiếng bên trong nạt ra:

- Ai vậy? Ai vậy?

Người cha nhỏ nhẹ:

- Trung! Trung! Mở cửa ra đi con, cảnh sát tới nè!

Cô Trân tiếp lời:

- Anh mở cửa ra đi, ba gọi cảnh sát đang đứng bên ngoài nè!

Khi người cảnh sát lên tiếng thì anh Trung biết chắc không phải gia đình hăm dọa, anh dịu giọng:

- Kêu cảnh sát chi vậy? Con sợ lắm!

Muốn chắc ăn, cảnh sát hỏi:

- Anh ta có võ khí hôn?

Ông xác nhận không có:

- Nó chỉ *phê xì-ke*.

- Loại nào?

- Loại bột trắng mà tôi không biết tên heroine hay

cocaine.

Trong khi đó, anh Trung phải đấu trí lâu lắm mới quyết định được. Và từ bên ngoài nghe tiếng giựt nước xả cầu để phi tang tất cả những mẩu hàng còn lại. Cảnh sát gọi:

- Joe - tên Mỹ của anh Quang Trung - ra đi!

Anh Trung vẫn còn nói tiếng Anh được, nhưng nghe hơi líu lưỡi:

- Cho tôi năm... năm phút!

Lúc trước chính ông Thân chứng kiến cảnh anh Trung mới vừa *chơi* xong, miệng và cổ bị giựt méo qua một bên, trông như người bị phong xù. Một lát dịu xuống thì anh lờ rờ lượm bất cứ cái gì nho nhỏ có màu trắng gom lại, và miệng lẩm bẩm "hàng... hàng... của tao". Anh rất sợ cảnh sát nên thỉnh thoảng hé cửa, lấm la lấm lét dòm ra ngoài. Nhưng bây giờ theo lời cô Trân kể thì anh ta có thói quen khi *chơi* lột đồ ra hết, trần truồng như nhộng, bứt đầu bứt tai, nắm lông dương mao giựt giựt:

- Chỗ ổng *chơi*, lông dái rụng đầy dưới sàn!

Cô lại tiếp:

- Nhìn thấy cảnh nầy chán cái chuyện vợ chồng, không dám ngủ chung!

Bà Bài lườm cô con dâu:

- Chán mới đẻ một đứa. Dám ngủ chung không biết mấy đứa!

Cô Trân mắc cỡ cười:

- Từ hồi đẻ con Hiền tới giờ đâu có! Hồi đó ông nói ổng bỏ rồi và hứa làm lại cuộc đời. Ổng nói ngọt lắm, má!

Một cái năm phút trôi qua, cảnh sát xịt nước cay mắt vào kẽ hở dưới cửa.

Tiếng anh Quang Trung bên trong:

- Năm phút nữa tui ra!

Nhưng tới lần thứ ba thì anh cảnh sát lớn con nhứt dùng hết sức tông cửa, vì không có chìa khóa nào mở được. Tông tới năm sáu lần cửa vẫn trơ trơ, cho tới khi cơn dịu xuống, anh Trung tự mở dẫn ra một cái xác nửa người nửa ngợm. Hai nhơn viên cảnh sát xuống thế thủ dàn trận trông dữ dội như một vụ bắt ăn cướp có võ khí. Anh Trung bị kè hai bên dắt lại bắt ngồi lên cái ghế. Anh ta vẫn chưa tỉnh hẳn, mặc áo thun cũ nhầu nát và cái quần xà lỏn, cái đầu anh còn giựt giựt nghiêng một bên.

Một anh cảnh sát đứng giữ và người kia lục soát tất cả quần áo anh Trung đang mặc trên người, xong mò tới cái quần *jeans* anh đang cầm ở tay, rồi trở vào lục nát cái phòng vệ sanh, cả trên trần nhà. Một lát anh ta đi ra mang theo năm tép ni-long *xì-ke* dùng rồi đựng trong một cái gạt tàn thuốc, coi và ghi giấy tờ ông Thân:

- Bây giờ ông tính sao? Có muốn bắt không?

Ngay khi ông trả lời đồng ý, anh Quang Trung muốn khóc năn nỉ:

- Ba! Ba cho con cơ hội chót!

Ông cố bình tĩnh:

- Ba đã cho con nhiều cơ hội chót lắm rồi!

Và cảnh sát còng tay anh ta lại dắt ra xe. Tiếng năn nỉ của anh Trung vang vang não nuột:

- Con lỡ lần nầy, ba tha cho con! Cho con cơ hội chót làm lại cuộc đời! Con sẽ bỏ luôn!

Khi bị cảnh sát đẩy lên xe, biết không thay đổi tình thế, anh ta hét lên:

- Ba! Ba! Con hận ba suốt đời! Con hận ba suốt đời!

Một nhơn viên cảnh sát trở lại nói ông Thân:

- Trong một hai ngày tòa án sẽ cho ông biết đóng tiền tại ngoại bao nhiêu, và thủ tục tiến hành sau đó.

Ông Thân gượng cười:

- Tui kêu mấy anh bắt nó mà đóng tiền bảo lãnh cái gì!

Anh cảnh sát cũng cười:

- Đó là thủ tục tòa án mà!

- Tui muốn cho nó đi cai, một hai năm gì cũng được!

# 4

Trước sau khoảng hơn một tiếng đồng hồ mới xong công chuyện, ông già Thân cùng cô con dâu lên xe.

Cô Trân tỉnh táo nói:

- Má biết chưa, Ba?

- Chưa. Ba chưa nói, sợ má con xỉu!

- Lúc ổng năn nỉ, con sợ Ba cầm lòng hổng đậu mà tha cho ổng!

Ông hỏi dò:

- Con có ân hận hôn?

Cô Trân đáp ngay:

- Dạ không! Kệ để ổng ở vài năm chớ hết thuốc chữa rồi!

Từ dưới tiệm ông Thân chạy thẳng về nhà. Khoảng hơn mười giờ rồi mà con bé Hiền vẫn còn thức với bà nội; thức nhưng không chịu đùa giỡn với bất cứ ai. Đáng lý từ chín giờ, sau khi được bà nội tắm xong, nó đã "lên chuồng" và ngủ ngay. Mặt nó cứ buồn buồn. Thật ra thì vẻ mặt nó u buồn từ lúc sanh, nhưng rất dễ thương và đẹp đẽ khi cười, mà nó lại ít khi cười! Những người tin dị đoan nói con nhỏ nầy số khổ, *"Mặt nó trông ngầu quá mà!"*

Ông già lo lắng từ lúc mẹ nó mang bầu. Bốn

tháng làm thử nghiệm *ultra sound* chỉ biết là con gái chớ đâu có thấy hết con người nó. Thế cũng tốt: có trai có gái. Nhưng ông đang lo sợ một điều mà ông không dám nói với bất cứ ai. Trong đời, ông chứng kiến ít nhứt hai trường hợp sanh con khuyết tật: xức lỗ mũi và mất lỗ tai, nên đã nhắc chừng hai vợ chồng rán cữ kiêng hoặc "kế hoạch" nhưng chúng nó không nghe.

Đáng lẽ còn ba tuần nữa mới sanh, nhưng anh Trung lơ là để vợ xuống xe một mình trợt chân té. Vô tới nhà là cô bắt đầu đau bụng và ra máu. Khi ông chở hai vợ chồng vào nhà bảo sanh là lúc ông lo sợ muốn đứng tim! Người ta nói sanh con so mà bị mổ là "có huông" nên sau đó đẻ đứa nào cũng phải bị giải phẫu. Hồi cô Trân sanh thằng Tí, anh Trung không có ở Việt Nam, nhưng kỳ nầy ông bà Thân bắt anh ta phải trực để biết đàn bà mang nặng đẻ đau như thế nào!

Vậy mà phải chờ tới gần hăm bốn tiếng đồng hồ mới sanh được nhưng trông cô Trân không đến nỗi quá mệt nhọc và tơi tả như ông chồng vừa chép miệng vừa ngáp! Mới vô tới phòng nhà thương, sau khi hỏi qua loa cô dâu là ông chụp ngay con bé lật qua lật lại xem tai mắt mũi và tay chơn. Ông già thở phào mừng thầm trong bụng. Ngó qua ngó lại không thấy anh Trung đâu. Hóa ra người chồng tự cảm thấy xong nhiệm vụ bèn lỉnh xuống kêu taxi đi lấy *hàng* rồi!

Mắt con bé Hiền mở chưa hết nhưng mẹ nó khoe:

- Ba coi kìa, mắt nó hai mí rõ ràng!

Bà Bài vốn thích con người đẹp, bất cứ trai hay gái, và về bất cứ chuyện gì. Gặp người xấu bà không thích nói chuyện và giao du. Nhờ vậy ông Thân mới lọt vào mắt xanh của bà.

Bà ngắm nghía cái mặt con bé còn đỏ, lật nghiêng một bên, cười tít mắt:

- Mũi cao, giống ông nội.

Ông Thân mừng:

- Mới đẻ mà như vầy mai mốt lớn, mũi nó cao lắm!

- Nhìn y như thằng Tí.

Ông nội cãi:

- Sao anh lại thấy nó giống con Trân.

- Con Trân với thằng Tí là mấy?

Cô Trân nhìn kỹ cái mũi của nó rồi nhìn qua thằng Tí:

- Cái mũi lân của hai đứa giống ba nó như đúc!

Ông nội than:

- Chỉ có cái sống mũi của ông nội thôi sao?

Dù vui nhưng ông nội chỉ hết lo khi mắt nó mở to và đều đặn. Bú sữa mẹ chỉ một tháng rồi ngưng cho mẹ nó đi làm, mới bốn tháng một tuần mà con bé Hiền đã biết lật.

Nó nằm im buồn buồn không tỏ thái độ gì. Chọc

nó cũng không cười.

Bà Bài nói:

- Hình như nó cũng biết! Thần giao cách cảm mà!

Cô Trân kể:

- Hồi ở bển, sáng lại ba nó về thì tối hôm trước thằng Tí cũng không chịu ngủ.

Thằng Tí hỏi:

- Ba con đâu?

Ông Thân gặng:

- Con hỏi ai?

Thằng Tí lập lại:

- Ba con đâu, ông nội?

Ông nói trớ:

- Ba con đi làm rồi.

- Đi làm chừng nào về?

- Lâu lâu..., mai mốt về!

Ông Thân nhìn cô con dâu rồi nhìn hai đứa nhỏ, lòng trĩu nặng, làm thinh.

## 5

Như mọi khi, bữa nào cô Trân không đi theo giữ anh Trung thì ở nhà cũng ngần ấy người, nhưng quả nhiên biến cố đã ảnh hưởng tới bầu không khí.

Con bé Hiền buồn ngủ dụi mắt. Bà nội nói:

- Nó nhớ "chuồng". Ở dưới nầy nó không ngủ đâu!

Chín giờ tối là con bé đòi lên "ổ" - chỗ riêng của nó chung giường bà nội. Bữa nào bà Bài bận không lên đúng giờ thì nó cũng chờ cho tới khi bà nội ẵm lên mới chịu ngủ. Chín giờ sáng thức dậy là nó đòi xuống lầu vì sẽ được ăn thức ăn riêng của nó như khoai lang nghiền, đậu que, cà-rốt... . Nhỏ nhưng nó cũng có thời khóa biểu riêng, chỉ hôm nay là biệt lệ!

Cô Trân ẵm con bé Hiền lên lầu dỗ. Ông nội cũng cõng - nó hay nhõng nhẽo như thế - thằng Tí lên lầu đi ngủ. Sau khi mở đài hoạt họa, ông bấm thời gian 20 phút:

- Quá giờ ngủ rồi. Nhưng đặc biệt bữa nay ông nội cho con nghe tiếng nhưng mà nho nhỏ thôi.

Nó hỏi mẹ:

- Sao mẹ không đi ngủ?

- Mẹ nói chuyện với ông nội bà nội.

- Mẹ nói với ông nội bà nội chuyện gì?

- Nói chuyện ba con đi làm!

Ông hun nó một cái:

- Chừng nào TV tự động tắt là con phải ngủ nghe!

Nó hun ông hai bên má và trán, ngoan ngoãn:

- Good night ông nội!

Khi ông trở xuống, bà Bài nói:

- Em thấy xót xa quá! Cực chẳng đã mới phải làm vậy!

- Anh cũng đâu có vui. Khó khăn lắm mới quyết định được.

- Không lẽ đuổi nó, còn hai đứa nhỏ sao!

- Nhìn hai đứa nhỏ, nhứt là con bé Hiền, muốn đứt ruột!

Thằng Tí sanh ở Việt Nam hơn ba tuổi mới đi nên còn giữ chút ít yếu tính của cái xã hội mới ấy. Qua bên nầy, nó đã học xong mẫu giáo 2 rồi, sang năm lên mẫu giáo 1. Nó có vẻ không "mặn" về đường khoa bảng nhưng thông minh và lanh lợi; mặt mày sáng láng lại biết nói chuyện nên nhiều người ưa thích! Con bé Hiền mới đẻ ra đã là công dân Mỹ, ai cũng nói mai mốt lớn khỏi thi, mà nếu giỏi có thể ứng cử tổng thống được!

Bà Bài nhìn thằng Tí trắng trẻo mắt to hai mí rồi nhìn con bé Hiền khỏe mạnh và lớn con hơn tiêu chuẩn trung bình, đau khổ nghĩ tới thằng con út:

- Hai đứa con dễ thương vầy mà thằng cha vậy!

Ông Thân tỏ vẻ thất vọng:

- Tưởng bảo lãnh vợ con nó qua thì nó biết tu tỉnh làm ăn!

Bà Bài trách ông chồng:

- Biết nó *chơi* từ hồi ở Pontiac, mà anh không nghiêm khắc với nó!

Ông Thân gượng gạo:

- Hồi đó nó vẫn đi làm hãng Powerline bình thường, anh không nghĩ là *chơi* cái đó nó hại ghê gớm đến như vậy!

- Từ chuyện nhỏ mới có chuyện lớn chớ!

Và bà Bài kết luận:

- Anh học chánh trị làm chi mà không biết áp dụng! *Tu thân, tề gia*, rồi mới *trị quốc* chớ! Suốt đời, anh chẳng làm được cái gì hết!

■ nhuận sắc 5/11/2023

# cậu ba cách mạng

## 1

Khi tôi sắp thi vào Đệ thất trường công, mẹ tôi chỉ mong cho tôi thi rớt! Vì nếu đậu tôi phải đi học tiếp thì gia đình không đủ khả năng lo. Trời đãi kẻ khù khờ: năm ấy tôi đậu thiệt! Nhưng đấy lại là nỗi khổ tâm của mẹ tôi. Hình như mẹ tôi không lúc nào được nghỉ ngơi thoải mái đôi chút. Buổi sáng sớm khi chị em chúng tôi chưa thức dậy hoặc còn ngủ nướng, mẹ đã đứng trước cửa đón hàng từ trong quê rồi sang tay lấy lời hoặc mang ra chợ bán.

Xong buổi chợ, đi bộ gần một cây số về nhà, mẹ lại lo làm bánh - chọn cái nầy thì không làm thứ kia trong số bánh ít, bánh bò, bánh cam, bánh lá dừa... - cho kịp bày hàng trước cửa bán buổi trưa cho con nít và mấy người lối xóm hay ăn quà vặt. Những khi mẹ về sớm, bánh có thể kịp bán cho những người miệt Tân Chánh đi chợ về ngang. Tôi chỉ hụ hợ chớ không nên trò trống gì!

Hình như cùng lứa với anh Luân con trai út của bà Năm, chị Hai lớn tuổi hơn tôi nhiều, lấy chồng từ lúc nào tôi không nhớ rõ, mà ở tận đâu Đồng Tháp Mười, mỗi năm chị chỉ về nhà chừng vài ba lần vào dịp Tết và giỗ quải. Nhà còn lại bốn chị em mà tôi là đầu đàn. Con út Đàng còn nhỏ xíu và đẹp như búp-bê thì mẹ khỏi lo vì nó hiền như cục bột, đặt đâu ngồi đấy! Thằng anh chỉ lớn hơn một tuổi bị suyễn di truyền từ phía nội của nó, *nắng mưa trồi sụt* theo con nước lớn nước ròng.

Ông em kế của tôi mới là vấn đề của cuộc sống và giao tế! Cả ngày hầu như gia đình chỉ nhìn thấy thằng Đáng vào giờ cơm, sau khi nghe tiếng mẹ réo gọi hai ba chập. Thậm chí nhiều khi ham chơi cũng bỏ cữ luôn; đói thì nó đáo về lục cơm nguội ăn xong rồi dzọt đâu mất, có chuyện muốn kiếm không phải là dễ. Học chẳng ra gì mà được cái giỏi phá làng phá xóm. Mẹ phải năn nỉ, thương lượng, dàn xếp cũng đủ mệt.

Ngoài ra, khi tôi bắt đầu dậy vú cau trổ mã con gái thì mẹ tôi thêm một cái lo nữa. Trừ anh Huân và *anh giáo kèm trẻ tại tư gia* miễn phí, những thằng con trai chạn tuổi tôi trở lên ở lối xóm hoặc học chung đều trở thành kẻ thù của mẹ! Mẹ như lính kín rình rập chúng nó và rồi giảng *đạo đức kinh* cho tôi! Mà cách lên lớp của mẹ thật lạ đời: vừa làm việc vừa giảng bài! Giảng bài đã đời ngó lên mới biết tôi đã lẩn xuống nhà sau hay ra phía trước cửa để tránh tràn lỗ tai những lời lẽ của thánh hiền! Những lần như vậy, mẹ quạt cho một trận nên thân, nhưng rồi chứng nào vẫn tật nấy.

Nhà không có đàn ông, mẹ thay cha trừng trị con cái! Cho tới lúc nầy tôi cũng chưa có cha! Hay cha tôi qua đời hoặc bỏ mẹ tôi tôi không hề biết. Và cũng tại nhà không có đàn ông, mẹ sống âm thầm và thui thủi một mình như chiếc bóng. Tôi cũng âm thầm theo cuộc sống riêng của một đứa con gái đang lớn và mộng mơ. Tôi bắt đầu tưởng tượng một hình bóng hiệp sĩ của lòng mình, dù đang trong vòng tay âu yếm của ngoại.

Cậu Ba năn nỉ nhưng bà ngoại nhứt định không lên Sài Gòn:

- Tao bỏ mấy đứa nầy sao đành!

- Còn con Tư chi?

- Đành vậy nhưng tao sống với tụi nó hồi tụi nó mới đẻ nên mến tay mến chưn.

Có lúc bà nói riêng với mẹ tôi:

- Nó con trai nhưng còn con dâu!

Dù mẹ tôi không muốn bà ngoại đi nhưng đỡ cho mợ:

- Chị Ba coi vậy chớ được lắm!

- Tao biết rồi nhưng tao ở với mẹ con mầy tới chết!

Bà đang mạnh khỏe tự nhiên ngủ một đêm tới sáng đi luôn. Từ khi bà ngoại qua đời, cậu Ba ít về, trừ thời gian đầu vào những lần cúng tuần cho bà. Cậu cảm ơn bà ngoại cho cậu học chút ít chữ nghĩa để lên Sài Gòn làm việc. Cậu cứ nhìn lên di ảnh ngoại nhăn nheo trên bàn thờ còn nhang khói. Mấy chị em tôi bị ám ảnh về những tấm vải tang viết chữ nho còn bao quanh bàn thờ và căng xung quanh vách, mà mãi tới xả tang mới đem đốt.

Những tấm vải tang ấy là do tài đạo diễn của cậu bảy Từ là bạn thân của cậu Ba chúng tôi. Nếu theo thói thường, chắc cậu Ba cũng chung số phận với những người cùng trang lứa lối xóm, suốt ngày làm bạn với con trâu cái cày, hay nếu có đỡ hơn một chút thì cũng chỉ ai mướn đâu làm đó là cùng. Rồi sống cuộc đời con ong cái kiến ngày nầy qua ngày khác cho tới lúc đầu hai thứ tóc, không biết ngày mai ra sao, tự nhiên lăn đùng ra chết vì trúng gió!

Ngồi ngay bàn giữa, hớp miếng nước trà, cậu Ba khuyến khích mẹ tôi:

- Cứ cho nó học tiếp đi! Có gì tôi phụ.

Mẹ tôi phân vân nhìn cậu Ba:

- Lâu lâu anh cho nó chút đỉnh chớ chẳng lẽ anh giúp hoài được?!

Tôi lớn lên không biết có dì Hai hay cậu Hai, thành ra cậu Ba không biết từ lúc nào đã trở thành nhơn vật số một trong gia đình. Cậu rót thêm nước trà, chà chà bàn tay xuống mặt bàn đá mài cũ theo thói quen nghề nghiệp, nói có vẻ kẻ cả:

- Cô Tư mầy đừng lo!

Mẹ tôi ngừng nhai trầu, không thể không phản ứng:

- Lo chớ sao không lo? Anh!

Mẹ lo cho gia đình gồm sáu người từ lớn tới nhỏ sống chen chúc nhau trong gian nhà nhỏ hư nát cất tạm trên vuông đất của bà Năm đáng lẽ phải thay mái năm rồi, nhưng thiếu trước hụt sau. Bà ngoại và mẹ làm đầu tắt mặt tối nuôi bốn đứa vô tâm. Nhiều đêm học khuya tôi mơ màng nhìn thấy ánh trăng sao xuyên qua kẽ lá, nghe xạc xào tiếng dừa lá cọ vào nhau bên hè, sống mộng mị thần tiên tuổi học trò.

Tôi biết tôi không đẹp thiên thần như nhiều đứa bạn nhưng được may mắn là cùng một lúc có hai anh giáo tự nguyện *kèm trẻ tại tư gia* miễn phí. Chắc nhờ vậy mà *lỡ* có được học bổng, tôi nghĩ là tự nhiên trời cho thôi chớ đâu phải tôi siêng năng gì, nhưng chắc cậu Ba nghĩ tôi thông minh:

- Nó học giỏi bắt nó nghỉ, tội nó!

Một lát cậu lại than:

- Mấy đứa ở trển đủ điều kiện mà học không ra gì. Sướng sanh tệ!

Các anh chị con của cậu Ba trông sạch nước cản chớ không cù lần như tôi, nhưng đều học trường tư. Chắc mẹ tôi cũng hài lòng vì có đứa con thi đậu vào trường công và được học bổng nhà nước! Nhưng mẹ tôi an ủi cậu Ba:

- Học tài thi phận mà anh!

Cậu Ba mặc đồ tây áo bỏ vô quần đàng hoàng, vóc dáng như một người ngoại quốc nhưng cung cách sống rất gương mẫu. Không hút thuốc, không rượu chè, không trai gái, và cũng không cờ bạc. Cậu nhìn nhận một sự thật, cãi lại:

- Tại không phấn đấu chớ học tài thi phận cái gì!

Cậu trở lại vấn đề:

- Uổng đi! Con người ta nhiều đứa thi vô trường công rớt lên rớt xuống vẫn còn thi.

Cậu Ba nhìn tôi, cầu viện một sự đồng tình hay tỏ vẻ biết ơn. Nhưng tôi vẫn bình thường, không quỵ lụy, không cầu cạnh để được đi học. Tiếp tục học cũng được, mà nghỉ thì cũng không sao. Trong đầu tôi không mảy may có ý niệm gì về học hành. Tôi đâu thấy có nhu cầu phải học nữa! Ai cũng bảo phải đi học để biết chữ nhưng chưa có thầy cô nào dạy cho tôi biết tại sao phải biết chữ? Đám chị em con Mỹ con của ông chín Thông thợ mộc trong xóm có học hành gì đâu mà vẫn đẹp! Tụi con Thảo con Tư con Mị và con Quá có biết chữ nào đâu mà lũ con trai vẫn bu quanh? Có đứa chưa qua tuổi mười sáu đã có chồng có con!

Chắc hiểu lầm nên thương hại tôi, cậu Ba lại nói với mẹ:

- Thôi! Tao cho mỗi tháng hai trăm, bằng tiền học bổng của nhà nước cho nó.

Xoay sang tôi, cậu Ba tỏ sự thông cảm, kết luận:

- Tháng nào tao về không được thì mầy lên cậu nghe, Đang!

Tôi không hiểu tại sao lời kết luận của cậu lại là quyết định tối hậu mẹ tôi phải nghe. Và vì vậy tôi lại được tàng tàng mặc áo dài trắng nữ sinh trung học một thời con gái.

## 2

Sau nầy thì tôi được biết dì Hai chết lúc còn nhỏ từ hồi chạy giặc nên cậu Ba trở thành số một trong gia đình vỏn vẹn hai anh em. Ông bà ngoại bắt mẹ tôi phải mù chữ vì *"con gái đi học biết chữ để viết thơ cho trai à!?"* Hồi xưa, ông bà chưa nghĩ tới một điều quan trọng là con gái không biết chữ thì làm sao đọc thơ con trai được?! Trong cái xóm nhỏ Tân Ân quanh quẩn chỉ bấy nhiêu nhà và chừng ấy người có thể đếm trên đầu ngón tay, cậu là người thanh niên duy nhứt đi học. Cậu cũng là người đàn ông duy nhứt vừa là người duy nhứt *có học* trong gia đình. Không biết chữ nghĩa của cậu tới đâu mà cậu làm nghề giặt ủi riêng cho một ông lớn ở Ngân Hàng Quốc Gia Việt Nam, được hưởng quy chế công chức.

Những khi cậu bận không về, tôi phải lên tận Sài Gòn lãnh trợ cấp. Nhưng không nhớ tại sao có lần tôi lũi vô tận khu biệt thự Bàn Cờ nơi cậu làm. Chưa kịp hỏi thăm, vừa nghe radio vừa ủi đồ, cậu vui mừng bảo:

- Con Đang, mầy vô đây nghe cái nầy!

Tôi phải giả bộ ngoan ngoãn, thùy mị, và đoan trang riu ríu tới ngồi ngay cái chỗ cậu ra lịnh. Từ chiếc máy phát thanh, vang lên một giọng the thé lạ quắc nào là *xây dựng thành công, hồ hởi phấn khởi, đại thắng đại thành công* nghe không quen tai như đài Sài Gòn. Cậu tỏ ra lý tưởng và chững chạc như một chánh trị gia sành sỏi:

- Miền Bắc đang xây dựng thành công xã hội chủ nghĩa, một xã hội công bằng chớ không như trong nầy, đầy rẫy cảnh cá lớn nuốt cá bé!

Cậu vừa nói xong thì nghe tiếng còi hú của xe cảnh sát chạy ngang. Có cớ để cậu chứng minh:

- Mầy thấy hôn? Cảnh sát trị mà!

Tôi con nít đâu biết gì quốc gia đại sự và chánh trị chánh em. Điều khiến đám con gái mới lớn chúng tôi *suy nghĩ* là thằng nào con nhà giàu, thằng nào học giỏi, thằng nào đẹp trai, thằng nào con nhà giàu học giỏi đẹp trai, và thằng nào nghèo, thằng nào con nhà nghèo học giỏi đẹp trai. Đẹp trai học giỏi mà con nhà nghèo còn tạm châm chước được! Đã nghèo mà học dở nữa thì không có trong danh sách của *nữ lưu* chúng tôi!

Nghe chán nhưng cố chịu đấm ăn xôi! Nhờ ông bà cha mẹ ăn hiền ở lành, tôi còn may hơn bà nữ sĩ Hồ Xuân Hương nhiều. Thôi thì rán ngồi đồng cho cậu xả xúp bắp cho đã:

- Đáng lý tổng tuyển cử rồi mà ông Diệm không chịu thi hành!

Tôi chỉ mong nhận tiền trợ cấp xong rồi đi dạo phố mua sắm hoặc ăn hàng với lũ quỉ sứ đang chờ ngoài đường! Tháng nào cậu không về Cần Đước *giao hàng* thì tôi phải lội lên Chợ Vườn Chuối *nhận hàng!* Thường thì cậu ít về, và tôi cũng thích vậy, đặng có dịp sút chuồng lên Sài Gòn chơi. Lúc trước cậu ở dạ Nam cầu Chữ Y gần cầu Mật, nhà cậu có vẻ nghèo. Chắc tại còn nghèo mới ở trong hẻm sâu. Trời khô ráo không đến đỗi nào nhưng lúc trời mưa thì đường lộ đầy bùn sình, rất phiền cho học sinh mặc áo dài trắng. Sau nầy thì gia đình cậu dời về cư xá Ngân Hàng ở Tân Thuận Đông.

Từ khi cậu được chánh phủ bán trả góp căn nhà khang trang nầy, tôi lên *thăm* cậu thường. Quanh năm sống quanh quẩn trong căn nhà lá tồi tàn tăm tối ánh đèn dầu, tôi mơ màng tới một vùng trời sáng sủa điện *nê-ông* và quạt máy. Tôi sáng mắt trước ngôi nhà gạch bông có vườn hoa phía trước và riêng biệt trong khu cư xá sạch sẽ mà tất cả các con đường đều tráng nhựa, chỉ cách cầu Tân Thuận khoảng vài trăm thước rất dễ nhớ. Và đặc biệt dù mưa hay nắng, tôi không sợ qua con hẻm lầy đường Âu Dương Lân nữa.

Lần nào gặp, cậu cũng thân mật căn dặn:

- Con rán học để mai mốt xây dựng xã hội tốt đẹp hơn!

Sau khi Tổng thống Ngô Đình Diệm bị đảo chánh, cậu Ba sung sướng:

- Sắp thống nhứt rồi chẳng còn bao lâu nữa!

Nghĩ tôi chưa hiểu rõ, cậu lại giải thích:

- Ngô Đình Diệm may ra mới chống lại được với Hồ Chí Minh. Nay tụi nó giết ổng rồi thì coi như xong!

Rồi thời gian qua mau đếm bằng những cái Tết và những mùa phượng vỹ trổ bông. Tôi lên trung học cũng cứ học hành bình thường như những đứa khác chớ có chăm chỉ gì cho cam. Cóc, chùm ruột, soài, ổi... là món ăn chánh trong thực đơn giờ học! Ngoài ra, *lũ quỉ cái* chúng tôi đàn đúm chọc phá chắc không thua gì bọn quỉ sứ con trai. Nhưng nhà trường lại đánh giá là học sinh giỏi -có giỏi mới tiếp tục được hưởng học bổng, mà tôi cũng không biết mình giỏi môn chi -*giỏi toàn diện* chăng?!

Lúc chưa có một hình bóng nam nhơn nào trong đầu óc, tôi vẫn còn là một học sinh xuất sắc! Nhưng thời gian đó không dài. Tới khoảng giữa năm Đệ Tứ thì trời bất dung gian: tôi có bầu! Lên đại học lỡ có *mang ba-lô ngược* còn có thể giải thích ổn thỏa! Đàng nầy tôi chưa có dịp xuống tỉnh lỵ Tân An thi Trung Học Đệ Nhứt Cấp mà đã vỡ lỡ như vậy thì quý nhà mô phạm phải xét lại cách dạy nữ sinh lớp lớn! Ở đây tôi chỉ *bật mí* một chút: Tác giả cái bầu tâm sự ấy chính là một nhà mô phạm, ông thầy giáo dạy kèm yêu quý của tôi!

Đã nghỉ học thì đâu còn hưởng học bổng và không lên nhà cậu Ba vừa để *nhận hàng* vừa để ngoái lỗ tai nghe những lời vàng ngọc *"rán học để xây dựng xã hội chủ nghĩa"* của cậu nữa! Kỳ vọng nơi đứa con gái như tôi, cậu Ba không biết là đã suy nghĩ viễn vong và mơ một điều không tưởng! Cử nhơn tiến sĩ chưa thấy gì huống hồ một đứa con gái ăn chưa no lo chưa tới như tôi.

Rồi nữ sinh mới lớp đệ tứ làm sao đi học với cái bầu tâm sự ngày càng lớn! Để tránh tai tiếng cho mẹ và lời ong tiếng ve của lối xóm, tôi đành bỏ xứ đi theo *học* với *anh giáo* luôn, biền biệt mãi cho tới những ngày cận kề 30 tháng Tư.

Cậu Ba *hồ hởi phấn khởi* chắc như đinh đóng cột cười:

- Tao nói có sai đâu! Cách mạng nhứt định thành công!

Hồi đám cưới cậu tôi chưa sanh ra đời, nhưng nghĩ bây giờ chắc cậu còn vui hơn lần đầu tiên ôm mợ Ba tôi vào lòng nữa. Cậu kề lỗ tai nghe đài Hà Nội hay đài giải phóng gì đó rồi thuyết minh lại cho tôi. Chừng vài ba ngày một tuần lễ nghe mất thêm một tỉnh. Phe ta co cụm và di tản dần về phía Nam gần tới thủ đô, tôi còn lòng dạ nào mà nghe cậu nói chuyện tào lao:

- Bộ đội ta đang tiến công mãnh liệt. Gọng kềm đang xiết chặt Sài Gòn.

Từ hồi Pleiku di tản, ông xã tôi biệt tăm. Tôi xen vào phá tan niềm hứng khởi của cậu:

- Chồng con mất tích không liên lạc được!

Cậu trơ như gỗ đá, bình tĩnh:

- Nếu không chết, mai mốt nó cũng về.

Tôi nổi giận với ông cậu mê cách mạng từng là ơn nhơn của mình:

- Rủi ảnh chết thì chừng nào về, Cậu Ba?!

Cậu cụt hứng làm thinh. Giặc giã tới nơi mà nói cách mạng cách mung. Gởi mấy đứa con cho mợ, tôi vạn dặm tìm chồng.

# 3

Suốt thời gian chồng tôi ở tù, tôi không có cơ hội về thăm ông cậu mê cách mạng được dịp cá gặp nước, rồng gặp mây. Cậu sẽ sống trong một xã hội công bằng không còn cảnh cá lớn nuốt cá bé nữa! Con cái của cậu sẽ được làm *cháu ngoan bác hồ* và học hành đàng hoàng! Mợ ba tôi sẽ công tác ở hội phụ nữ phụ nê! Gia đình cậu Ba tôi sẽ là một gia đình điển hình của xã hội mới!

Trái lại, phần tôi, con cái tay xách nách mang lại phải bươn chải kiếm từng hột gạo, hột bo bo, củ khoai lang, củ khoai mì cho những cái bao tử không đáy của đám con đang tuổi lớn, còn phải thăm nuôi chồng. Nhiều đêm đối diện với thực tại, tôi không nghĩ mình là con người còn có nhơn phẩm mà bất quá chỉ như con gà mái với đàn con đang đứng giữa đồng không mông quạnh mà bên trên là đàn quạ đen vây quanh.

Đến khi phu quân tôi còn sống sót *hồi loan*, nhơn chuyến về quê ngoại trở lên, vợ chồng tôi ghé thăm cậu Ba nơi căn nhà tôi tâm đắc dạo trước và mơ màng suốt cuộc đời cũng không có được. Con đường cũ bây giờ đã *cách mạng* với ổ gà và vũng nước, vườn hoa đã *cách mạng* héo tàn không ai chăm sóc, và ngôi nhà cũng *cách mạng* với tường loang lỗ tróc vôi! Qua cái cổng dưới giàn hoa *cách mạng* xịch xạc, khi chúng tôi bước lên tận bực thềm tam cấp thì từ trong nhà vọng ra tiếng một ông già tôi nhận ra ngay:

- Đứa nào đó bây?

Tôi lên tiếng:

- Con Đang đây! Vợ chồng con Đang ghé thăm cậu đây, cậu Ba!

Giọng cậu run run nửa chừng:

- Ờ! Sao lâu quá...

Khoảng sáu mươi nhưng trông cậu như ông già trăm tuổi! Dáng dấp phương phi tuấn tú ngày xưa chẳng những bị thời gian xói mòn mà còn bị không gian dập xuống biến cậu trở thành nhỏ thó hom hem hốc hác như một người bịnh kinh niên.

Rồi cậu òa khóc như con nít. Tôi hỏi:

- Bộ cậu giận con sao? Cậu Ba!

Vừa lau nước mắt bằng cái khăn *mu-soa* cũ rách, cậu gượng cười:

- Thương mầy không hết! Mắc mớ gì tao giận mầy?

Cậu vẫn ngồi tại ghế với đôi mắt lờ đờ, tay run run cầm cây gậy:

- Má mầy sao?

Tôi tưng tửng:

- Già hơn năm ngoái một tuổi, nhưng vẫn bình thường!

Cậu hơi vui:

- Cái con nhỏ nầy!

Cậu lại hỏi:

- Thằng chồng mầy cải tạo về rồi đó hả?

Tôi buột miệng:

- Ở tù chớ cải tạo gì cậu!

Ông xã tôi nãy giờ ngồi làm thinh để cậu cháu chúng tôi giao hữu, bây giờ mới lên tiếng:

- Dạ! Cháu mới về vài ngày.

Cậu chậm rãi tiếp:

- Còn sống trở về là mừng rồi, con!

Không hiểu sao tôi lại giở giọng chanh chua:

- Bây giờ cậu đang làm công tác cách mạng hả cậu Ba?

Cậu lắc đầu, giọng yếu xìu:

- Lầm hết con ơi! Ai cũng lầm hết!

Cậu kể tên tuổi mấy anh lớn trong Mặt trận Giải phóng Miền Nam:

- Giới trí thức còn lầm, huống hồ gì mình!

Lúc cách mạng ba mươi, chị chồng tôi chở mấy chục giạ lúa từ Long Hòa về Long Thượng bị tịch thâu sạch, mà hai xã khác quận nhưng cùng tỉnh Long An. Lúa ấy, chỉ đổ mồ hôi và ăn mắm hút giòi làm lấy chớ không phải mua đi bán lại. Thời ngăn sông cấm chợ, chỉ có tôi vào bước đường cùng, đường dài đường ngắn, một chiều hai chiều gì tôi cũng đi buôn, mà việc gì nhà nước không minh thị cho phép là lậu. Nhờ vậy tôi tình cờ quen với con cháu mấy ông lớn miền Nam:

- Con biết ông Nguyễn Hữu Thọ đang bị giam lỏng.

- Đâu chỉ riêng Nguyễn Hữu Thọ, con! Bà Nguyễn Thị Bình, Bác sĩ Dương Quỳnh Hoa... cũng đi chung một xuồng!

Cậu tiếc nuối thời vàng son:

- Hồi đó vậy mà mình chê!

Không ai ép, ông xã tôi cũng nói cho bằng được:

- Phải đứng núi nầy trông núi nọ hôn, cậu Ba?

Cậu chắc lưỡi:

- Có lẽ tại mình lý tưởng quá chăng? Đời không gì tuyệt đối!

Tôi nhớ lại khu Bàn Cờ ngày xưa:

- Tụi nó trọng dụng Nguyễn Xuân Oánh. Cậu không còn làm cho ông ta nữa sao?

- Lưu dụng để dạy cho nó thì có, trọng dụng cái gì! Xong đá đít như mấy thằng mặt trận miền Nam!

Căn nhà hoang vắng, trống trãi, và lạnh lẽo. Tủ buffet, bàn chơn quỳ cẩm lai, cái *đi-văng* gõ, máy may, máy truyền hình không còn nữa. Cái tủ thờ bằng lăng được thay bằng cái bàn thờ bằng gỗ tạp, nơi có hình của bà ngoại đang buồn bã nhìn xuống chúng tôi.

Cậu lầm nhưng cũng còn khôn. Nghe lời đường mật đi vùng *kinh tế mới* nhưng vẫn còn để người ở lại, hứa từ từ sẽ đi hết. Mấy năm làm thân trâu ngựa vẫn không đủ sống, cậu bỏ đại đi về căn nhà cũ:

- Kệ bà nó! Tới đâu thì tới! Vườn mít đang có trái tao cũng không tiếc!

Cậu chỉ ra ngoài vườn:

- Mít cao bằng cái cây đó.

Qua khung cửa kiếng bể rơi vài miếng chỉ còn lại cái khung sắt rỉ, vài cây không tên cao chừng ba thước đứng trơ trọi u buồn, không ai chăm sóc, cỏ dại mọc đầy gốc.

Cậu kể lể tiếp:

- Một thằng đi bộ đội bỏ xác bên Miên. Một thằng điên điên khùng khùng đi đâu mất, lúc thằng Sơn còn làm công an thỉnh thoảng kiếm bắt về. Nay nó cũng nghỉ rồi, hai vợ chồng nó bán chợ trời!

- Còn mấy chị đâu không thấy?

- Chỉ còn một mình con Thủy! Nó đi may ngoài hợp tác xã, cũng chẳng đủ ăn!

Cậu Ba lại khóc, lời nói nghẹn từng chập:

- Con Dung... chết rồi! Mợ Ba mầy cũng... chết! Đâu có bịnh hoạn gì đâu, con!

Cậu Ba nghiến hai hàm răng chỉ còn nướu:

- Mong chờ cách mạng về từng ngày từng tháng. Cách mạng về thì cửa nát nhà tan, con ơi!

Bây giờ thì tôi không còn chanh chua đanh đá nữa, đứng dậy ôm vai cậu, tự nhiên không cầm được nước mắt:

- Trời ơi là trời! Sao khổ quá vậy cậu Ba!?

■ nhuận sắc 5/11/2023

# sầu riêng

** Thân tặng CLB Hùng Sử Việt Michigan*

## 1

Sau khi sắp nhỏ ra trường đi làm, ông già Ngộ đi học lại mà lại học sai bộ môn. Nửa cái kỹ sư coi như ra mây khói. Toán vi tích phân và động học tĩnh học chẳng có ích gì cho cuộc sống! Vợ ông nói ông phí thời gian chỉ vì tự ái với mấy đứa nhỏ, *"Tụi nhỏ học được, tại sao anh không học được?"* Rồi ông cũng phải thừa nhận từng tuổi nầy nếu học xong thì chẳng ai mướn, đó là chưa chắc năm sáu năm có thể hoàn tất chương trình. Thành ra ông chuyển hướng học ngành nhân văn thì người ta bảo bằng cấp của ông là bằng cấp online!

Tuy học ở nhà, ông cũng làm chủ bút tờ đặc san cộng đồng được. Nhưng tội học hàm thụ cũng còn nhẹ mà dám sửa bài của ông chủ tịch kiêm chủ nhiệm mới nặng tội! Thật ra thì ông chỉ sửa mấy chữ mà ông cho là hạ cấp, vì theo ý ông thì bài quan điểm phải viết nghiêm túc. Nếu ông chủ tịch là một người bình thường thì hẳn không có chuyện gì xảy ra. Nhưng người đứng tên chủ nhiệm là một thầy thuốc tây y chánh hiệu, mà hình như ông không biết bác sĩ phải học ít nhứt tới bảy năm!

Dù ông ấy nói tiếng Anh như chó sủa và văng nước miếng tùm lum nhưng ông Ngộ thật thà không biết rằng chẳng ai có quyền biên tập bài của ông chủ nhiệm! Kết quả: Tờ báo chết yểu! Ông Ngộ đang sung độ, bèn rút hết tiền 401(k) khoảng mấy ngàn ra một tờ nguyệt san. *Nhân dân* bị tuyên truyền là ông nhận tiền tài trợ của Việt cộng!

Ông nổi xung nói với người bạn thân:

- Chỉ lũ mình mới ngu, chớ bọn chúng đâu có ngu đưa tiền cho mình chống chúng!

Ông bạn phụ họa:

- Mà nếu nó dám đưa tiền thì mình sợ gì không dám nhận!

Rồi hai ông làm báo tới hết tiền thì ông già Ngộ *về vườn* thật!

Trước nay ông bỏ bê chuyện nhà cửa cho một tay bà vợ, chỉ lo việc bao đồng, và khi dể những người chỉ chăm sóc nhà cửa và vườn tược mà không màng chuyện thế gian:

- Hình như mấy thằng cha đó tị nạn kinh tế!

Bà vợ ông bình phẩm:

- Tại họ chán quá! Còn anh chuyên môn *"Việc nhà thì nhác, chuyện chú bác thì siêng!"* Tới một lúc nào đó anh cũng vậy thôi!

Nhưng càng lớn tuổi và nhứt là sau khi bị những cú sốc, ông lại đâm ra thích làm công việc của nhà nông hơn, chắc vì đó chính là nghề của ông lúc hồi nhỏ. Ông đang ngắm nghía, vun đất, và vô phân cho luống rau dấp cá và rau húng lủi dọc theo hàng rào kẽm gai B-40 ngăn cách với nhà bên kia. Rồi ông kiên nhẫn đứng tưới hàng mươi mười lăm phút. Nghề nông cách nay nửa thế kỷ chắc đã lỗi thời nên hai năm liền gia đình ông chỉ thu hoạch được một trái mướp hương duy nhứt. Có lẽ vì vậy mà năm nay ông đổi ý tập trung vào rau sống.

Vợ ông đề nghị:

- Trồng chẳng bõ công. Để mua cho chắc ăn!

- Để rồi em xem. Mai mốt đây nhà mình khỏi mua rau sống.

Bà Lạc lại nhớ cái giàn mướp năm ngoái, tiếc rẻ:

- Năm chục đồng vật liệu mà tới năm trăm tiền công!

Ông cười phân bua:

- Công *chùa* của anh chớ em đâu phải trả đồng nào!

- Đành rằng công anh, nhưng để làm chuyện khác có ích hơn. Chỉ được có một trái bằng nửa cườm tay con nít!

Ông giải thích:

- Trồng trễ quá thành ra nó không kịp trổ bông thì mùa đông tới!

Chợt nhớ đêm văn nghệ truyền thống sẽ diễn ra nay mai, ông già vội trở vô nhà ngồi trước máy. Hội cựu quân nhơn *bồ ruột* qua lại lâu năm đổi ý không tham dự. Ông thở dài nhìn mông lung ra ngoài qua khung cửa kiếng nửa che bằng tấm rèm voan trắng ngả màu sữa. Xa hơn nữa là cái gò đất dọc theo con đường. Thỉnh thoảng một vài chiếc xe mệt mỏi chạy ngang qua. Mặt trời xuống từ lúc nào không biết. Chiều chìm dần một màu xám đậm như cõi lòng ông. Mây thấp. Dự báo thời tiết tiên đoán tối nay mưa rải rác vài nơi, nhưng ngày mai trời nắng gợn chút mây, thật lý tưởng.

Ông tiếc sao bạn mình quá nhẹ dạ. Chỉ một cú điện thoại vu vơ - từ một người không có uy tín và cũng không đại diện cho một tập thể nào, mà mọi chuyện đổi thay! Trước đó, họ báo cho biết như đinh đóng cột là một phái đoàn hùng hậu gồm bảy người sẽ tham dự đêm văn nghệ truyền thống, *"Ai thì có thể từ chối nhưng niên trưởng tổ chức thì cho dù có bận cũng không thể không đi! Xe cộ, cờ xí, quần áo, tụi* nầy *đã chuẩn bị xong đâu đấy cả rồi."* nhưng đến cận ngày thì đổi ý!

Nhiều lần từ Canada sang, họ vẫn ngủ nghỉ ở nhà ông. Họ biết rõ ông ta là dân Nam kỳ rặt. Bởi Nam kỳ nên ruột để ngoài da chẳng biết khách sáo là gì, nghĩ sao nói vậy. Sanh ra ở vùng ngoại ô Chợ Lớn nhưng lớn lện trong miền quê xôi đậu, lại được học hành đàng hoàng hơn những đứa cùng trang lứa, ông ta lén nghe đài Hà Nội và tìm đọc sách về chủ nghĩa

Marxist, nên mang trong mình lý tưởng cách mạng muốn xây dựng một xã hội công bằng tuyệt đối theo sách vở.

Trước khi miền Nam thất thủ, có kế hoạch di tản cho vợ con đi trước, nhưng ông chẳng những quyết định không đi mà còn nực cười, *"Đất nước thống nhứt mà mình lại bỏ xứ đi đâu?"* Hồi cộng sản về, ông bình chơn như vại tưởng hòa bình lập lại thì giải ngũ về quê làm dân; thậm chí còn tưởng họ sẽ dùng lại nghề nghiệp của ông vì huấn luyện một phi công đâu phải ít tiền! Nghe chuyện cải cách ruộng đất và xem phim "Chúng Tôi Muốn Sống" ông nghĩ là tuyên truyền quá đáng.

Rồi ông vui vẻ tự nguyện vác ba-lô đi... ở tù tưởng chừng năm mười ngày thì về nhà làm ăn. Trong trại ông gặp nhiều nhà cách mạng quốc gia và những người đã từng là nạn nhơn của chế độ ấy còn sống sót; họ kết luận: *"Chưa thời nào mà bọn cầm quyền gian ác và lưu manh như thời* nầy. *Người mình có cái dở là không đoàn kết. Hễ không bằng lòng thì nhảy ra lập nhóm khác, đảng khác, do đó lực lượng chia manh mún. Đặt biệt, chúng ta nhơn từ quá!"* Ra nhà tù nhỏ - nhứt là sau khi sang Mỹ, đọc thêm sách vở về xã hội chủ nghĩa, rồi so sánh với thực tế, ông ta mới vỡ lẽ ra.

Mộng ông lớn muốn học cái gì đó để giúp cho dân mình đỡ khổ. Vậy mà hồi sang Huê Kỳ đến giờ, ông nghĩ, chẳng làm nên tích sự gì ngoài lo chuyện áo cơm. Tại cái thành phố nghèo nổi tiếng lộn xộn, trong ngôi nhà cũ kỹ và nhỏ xíu bằng cái nhà xe của người giàu có, ngay chính giữa nhà nơi đáng lẽ để cái bàn thờ, ông dán miếng cạc-tông trắng viết đậm bốn chữ màu đỏ "Tổ Quốc" ở hàng trên và "Gia Tiên" ở hàng dưới. Nhưng không ai thắc mắc để ông có dịp giải thích *"Gia tiên chính là ông bà cha mẹ mình, và Tổ quốc phải trên ông bà, vì nếu không có tổ quốc thì ông bà mình chỉ là những tên nô lệ!"* Người ta tự tiện tưởng tượng thêm vào bàn thờ ấy hai con chim bồ câu ngậm cành ô-liu phản chiến nữa! Và tự nhiên ông bị người ta biến thành thân cộng mà ông không biết!

Cũng như những gia đình tị nạn khác, ai cũng làm đầu tắt mặt tối, hai vợ chồng và hai đứa con *cày* ngày *cày* đêm để nuôi hai đứa kia đi học. Thấy nhiều cơ hội cho người có chí, ông đòi học lại, bà vợ can:

- Mình lớn rồi học cũng chẳng ai mướn. Thôi thì rán làm để lo cho các con!

Nghe có lý, ông dẹp bỏ ý định:

- Nếu còn ở bển thì làm sao tụi nhỏ có cơ hội học đại học được! Con hơn cha là nhà có phúc mà!

Vì học hành dở dang qua đây ông không được làm thầy. Ông là người Việt Nam đầu tiên và duy nhứt làm cái hãng sơn ấy. Bởi ngây thơ chớ không như người Mỹ - lời ông nói, nên ông được ông chủ người Ái Nhĩ Lan đưa lên làm cai thợ. Từ chỗ được tin cậy, khi cần người, ông chỉ nói một tiếng là ông chủ nhận ngay. Do đó mới có nhiều người đồng hương da vàng nữa vào làm cu-li. Nhưng đồng hương lại phá ông xấc bấc xang bang đến nỗi mất chức! Chẳng bao lâu sau, ông Ngộ nghỉ ngang, *"Làm cu-li cho tụi Mỹ hoài chừng nào mới ngóc đầu lên nổi!"*

Một khi đã quyết thì ông làm, không sợ tiếng thị phi cũng không nghe lời bàn, *"Rán ít tháng nữa cho đủ thời gian để lãnh trợ cấp."* Bỏ hãng rồi dời về một căn nhà lớn hơn trong một nơi yên tịnh hơn. Chơn ướt chơn ráo với lương ba cọc ba đồng mà dám ở nhà cao cửa rộng cũng là một vấn đề "cộng đồng"! Nhưng mọi chuyện là do ý của các con: Thằng con trai sắp cưới vợ, đứa con gái lớn bảo lãnh chồng sắp qua. *"Ba má đừng lo! Tụi con sẽ phụ trả tiền nhà."*

## 2

Ông Ngộ vừa ngừng xe bỏ bà Lạc xuống chợ, bà Hoàng vồn vã chào:

- Lâu quá không gặp từ ngày bà nghỉ làm ở Powerline.

- Chị còn đi làm hôn?

- Cũng bị *lai-ốp* rồi, sau bà chừng ba bốn tháng.

Một người phụ nữ trạc năm mươi ăn mặc khá tươm tất đứng gần, tay dắt đứa con gái nhỏ chừng bốn tuổi, góp chuyện:

- Hãng nào cũng cho nghỉ việc hàng loạt. Bọn tư bản dời hãng ra ngoại quốc mướn nhân công rẻ hơn.

Bây giờ đành ở nhà giữ cháu ngoại thôi!

Ông già Ngộ nhìn đứa bé vận đồ đầm lịch sự, lại quay sang người đàn bà:

- Cháu biết nói tiếng Việt không chị?

Bà ngoại cúi xuống đưa tay vuốt tóc đứa bé:

- Biết nói chút chút nhưng không biết đọc.

Được dịp, ông Ngộ giới thiệu:

- Nhà thờ và nhà chùa ở đây cũng có lớp dạy Việt ngữ đấy. Chị chở cháu đi học đi.

- Bố mẹ nó đi dũa suốt ngày. Hơn nữa chúng sợ nó học tiếng Mỹ không được.

- Đâu có chị! Những nghiên cứu cho biết trẻ con học hai ngôn ngữ chẳng những không trở ngại tới sự tiếp thu mà còn khiến cho cháu bé ứng xử nhanh chóng nữa.

Người đàn bà làm thinh có vẻ nghi ngờ. Ông già cố vớt vát:

- Sợ quên tiếng Việt, chớ tiếng Anh khi đi học với con nít Mỹ tự nhiên tụi nó nói như gió!

Bà Hoàng trở lại vấn đề:

- Hãng tôi đóng cửa, hai dồn một, dời lên Ấp-Nọt. Xa quá làm sao đi được! Phải gần gần cũng rán. Già rồi! Lái xe đi xa quá làm sao chịu nổi. Hơn nữa, tiền đổ xăng cũng hết.

Bà Lạc quay sang người đàn bà mới quen:

- Tuổi mình bây giờ đi xin việc cũng khó. Ở nhà giữ cháu chắc ăn nhứt.

Người đàn bà ấy than:

- Chắc ăn gì chị! Nhận đồng tiền của con cái cũng nhiêu khê lắm! Không như ở Việt Nam, mình nuôi nó thì khác! Ở đây phong tục tập quán đảo lộn hết!

Bà Lạc bỏ dở câu chuyện không vui quay lại bà Hoàng:

- Sao trông chị ốm quá vậy?

- Bị tiểu đường, đang điều trị.

Bà Lạc hốt hoảng:

- Hả? Nghe nói bịnh nầy nguy hiểm lắm mà! Chị có sao hôn?

- Không sao. Nhưng ăn uống kiêng cữ khó khăn lắm! Mình phải làm đúng theo hướng dẫn của bác sĩ từng li từng tí.

Bà Lạc lại nhìn người bạn gái làm chung hãng lúc mới định cư từ đầu xuống chơn:

- Nhìn chị muốn không nhận ra! Nhờ cái miệng của bà đó! Chị định nghỉ luôn hả?

Bà Hoàng hãnh diện cười bằng hình trái tim trên đôi môi:

- Nghỉ luôn. Không muốn nghỉ luôn cũng không được! Ở nhà làm bé-bi-xích mấy đứa cháu ngoại.

- Mấy đứa?

- Bốn đứa.

Đó là chưa tính hết. Mấy đứa ở xa chúng nó gởi nhà trẻ, chớ không gởi bà. Hơn nữa vì trẹo đường. Hai ông bà đẻ một dọc sáu đứa con gái rồi nghỉ. Nhưng nghỉ... là tại ông đi ở tù chớ chưa chắc nghỉ thiệt, vì con út sanh tháng Sáu Bảy Lăm không có cha ở nhà. Ông là sĩ quan trợ y chớ không phải phi công phản lực. Người ta nói ở trên cao áp suất không bình thường làm chết tinh trùng con trai. Bà nhỏ hơn ông đúng một con giáp nên còn phong độ. Nhưng ông đi tù về *"sẵn không có ăn làm sao đẻ chửa gì nữa!"* như ông nói.

Lúc qua bên nầy trời dun rủi thế nào hai gia đình ở gần nhau, đi bộ khoảng ba phút, mà đi xe chừng năm phút vì đường ngược chiều phải đi vòng. Hai người làm chung hãng lại đi cùng xe. Rồi họ thân nhau do ông Ngộ có thằng con trai cùng lứa với đứa con gái của ông Hoàng. Cũng chẳng phải số phận gì mà tại mới qua thì *trên răng dưới dế* ai cũng phải ở khu ổ chuột một thời gian rồi mới thoát ra khỏi nơi tăm tối. Kế đó, ông Ngộ nghỉ hãng và ở nhà làm việc khác nên mấy năm nay họ không gặp nhau.

Bà Lạc lên tiếng:

- Anh Hoàng đâu không thấy?

- Ông ấy không đi đâu cả. Đi làm thì thôi, còn ở nhà thì suốt ngày hoa với kiểng!

Bà Lạc được dịp so sánh, liếc qua ông chồng, than:

- Còn ông nầy thì suốt năm lu bu với hội đoàn văn

nghệ văn gừng đấu tranh sử Việt sử Tàu. May mà ông làm nghề tự do chớ làm hãng thì nó đuổi lâu rồi!

Ông Ngộ nhìn vợ giả lả:

- Em sao!

Thật ra thì bà hoan nghênh công việc chồng làm vì bà cũng muốn lắm nhưng ngặt một nổi bà quá tròn trịa - ăn cái gì cũng ngon không dừng được, và trước công chúng bà không quen đứng - mỏi và tê chân. Nói hai ba câu liền cho suôn sẻ thì bà lại luống cuống. Trái lại, lúc ở nhà thì bà nói nhiều câu lắm, nhiều nhưng rời rạc và hay lập đi lập lại đến nỗi khi bà mở miệng thì ông như biết trước bà sắp nói câu gì, đại để như:

- Anh chẳng làm được gì - rồi bà tiếp liền - chẳng làm gì ra tiền hết!"

Thì như mọi khi ông tưng tửng tiếp:

- Thì làm sĩ quan!

Bà xì một tiếng rồi nguýt ông một cái:

- Sĩ quan hết thời rồi ông ơi!

- Hết thời sao có người giả?

Bà biết anh chàng nầy nhưng giả bộ hỏi một câu gỡ gạt:

- Ai giả đâu?

- Còn phải hỏi! Thủ Đức mà Khóa 28! Đại đội mấy không nhớ, học năm nào không nhớ!

Nhận xét kỹ thấy bà hãnh diện về ông chồng già đợi tới cuối đời tài năng mới phát triển nhưng thấy ông mải miết chuyện vác ngà voi và văn nghệ văn gừng hơn lo chuyện nhà chuyện cửa, đôi khi bà cũng có cằn nhằn. Mà mỗi lần như thế, ông nhìn bà cười - nụ cười của ông thầy giáo kèm trẻ tại tư gia làm bà chết mê chết mệt hồi mới lớn, rồi lập lại cũng cùng hai chữ "Em sao!" thì bà, vốn dễ tính, lại thông qua!

Trái lại, bà Hoàng thì bản lãnh hơn, quán xuyến mọi việc trong gia đình và tự lái xe đi làm. Bà đạo diễn tất cả những công tác quan trọng như cưới gả, đổi nhà, và mua nhà.... Ông Hoàng tự cảm thấy tuổi già sức yếu muốn yên thân nên chỉ có hai công tác phải thi hành là đi làm một tuần bốn ngày - khi có phụ trội thì năm, và về nhà xem truyền hình, nếu không thì đọc báo.

Bà Hoàng tiếc rẻ:

- Đáng nhẽ ông ấy về hưu lâu rồi đấy chứ!

Nãy giờ im lặng để hai người phụ nữ xả bầu tâm sự, ông Ngộ cười tham gia câu chuyện:

- Bỏ cái tật man khai lý lịch!

Bà Hoàng giải thích:

- Đâu phải! Tại hồi xưa ngoài Bắc ở quê lớn mới đi học phải làm khai sinh lại sụt mất bốn năm tuổi.

Ông già Ngộ cười nhăn hai bên má nhưng còn đượm vẻ đẹp lão:

- Nói chơi mà! Trong Nam cũng vậy thôi. Dân ở

thành ở chợ thì lý lịch chính xác đâu ra đó, chớ ở quê như tụi tôi thì cũng phải làm khai sanh lại để đi học.

Bà Lạc lại vui vẻ như mừng mẹ đi chợ về khoe với bà Hoàng:

- Ngày mai nhóm ổng tổ chức tại trường Trung học Athens. Anh chị nhớ biểu mấy đứa nhỏ dắt các cháu đi xem nghe!

Bà Hoàng chưa trả lời, chỉ lắng nghe:

- Nên dắt mấy đứa nhỏ đi xem. Ổng diễn kịch lịch sử tôn vinh anh hùng dân tộc!

Để quảng cáo thêm cho ông chồng già tài năng chậm phát triển, bà Lạc thêm:

- Mặc quốc phục được vô cửa tự do.

- Miễn phí hả? Quốc phục là quốc phục nào? Tây hay ta?

- Ta chớ sao Tây, đã bảo truyền thống mà! Đàn ông áo dài khăn đóng, phụ nữ mặc áo dài.

Bà Hoàng vui ra mặt hiện vết chân chim ở cuối đuôi mắt:

- Để tôi bảo lại ông ấy và bảo mấy đứa con dắt lũ cháu đi. Lúc nầy tôi mặc áo dài được lắm!

Bà Lạc ngắm nghía người bạn từ chơn lên đầu:

- Ờ! Tướng chị bây giờ mặc áo dài đẹp lắm!

Bà Hoàng cười híp hai con mắt dưới đôi lông

mày tỉa mỏng như lá liễu:

- Chẳng bù lúc trước như đòn bánh tét!

Nghĩ mình bây giờ chẳng khác bà Hoàng lúc trước, bà Lạc an ủi:

- Thì tại mình lớn tuổi, làm sao bì với tụi nhỏ được! Tụi nó ăn kiêng còn tập thể dục nữa.

Trước khi từ giã, bà Lạc còn nói với:

- Nhớ nhắc ảnh đi. Lâu quá anh Ngộ không gặp anh Hoàng.

## 3

Không như thói quen đám cưới hay những lễ lạt khác thường trễ một hai tiếng đồng hồ, đúng 8 giờ ban tổ chức tuyên bố khai mạc, cho dù lúc nầy có khoảng chừng ba trăm quan khách tham dự. Chuyện nầy ban tổ chức cũng đã bàn sôi nổi lúc trước. Nhiều người phát biểu nhưng tựu chung có hai ý kiến. Đa số bảo:

- Mình rán chờ một chút đâu có sao. Dời giờ bế mạc lùi lại. Đa số người mình làm neo mà ngày thứ Bảy lại đắt nên về trễ.

Ý kiến kia:

- Dù làm neo hay làm nghề gì khác nếu họ quan tâm chuyện lịch sử thì có thể về sớm một chút dắt con cái đi xem. Còn nếu không màng thì tổ chức ngày nào cũng vậy thôi. Đó là tại mình cả nể riết tạo thành thói quen. Nguyên tắc của người mình là "... *không đi trễ không phải Việt Nam."* Trễ từ một tiếng rưỡi tới hai tiếng. Mời 7 giờ thì thế nào họ cũng tới từ 8 rưỡi đến 9 giờ. Hơn nữa mình có nhiều khách ngoại quốc. Chẳng lẽ lại mời hai loại khách với hai giờ giấc khác nhau! Ngoài ra, đúng 11 giờ rưỡi phải trả hội trường, mình đâu *đì-lê* được!

Cuối cùng, biểu quyết thì thiểu số phục tùng đa số vì ý kiến thứ hai nghe thuyết phục hơn!

Sau chừng nửa tiếng đồng hồ thì đồng bào lần lượt tới gần đông đủ. Ông già Ngộ nói:

- Văn nghệ truyền thống thì không cần ca sĩ nổi tiếng. Vừa tốn nhiều tiền mà chưa chắc đông đảo người coi. Đàng nầy con cháu diễn thì bắt buộc ông bà cha mẹ phải đi rồi! Đi để yểm trợ tinh thần tụi nhỏ chớ!

Ông Hoàng vỗ đùi:

- Ông có lý. Ý kiến hay! Chụp hình quay phim loạn xà ngầu lên còn hơn truyền thông báo chí nữa là khác! Chẳng trách mấy buổi văn nghệ bình thường thì lưa thưa. Tháng trước sô bầu Long mướn sáu ca sĩ mà phải trả vé lại!

Ông Ngộ đỡ lời giải thích:

- Ca sĩ nhạc trẻ thì lũ nhỏ đi nhảy đầm. Ca sĩ lớp mình thì bọn mình cũng chưa chắc đi. Mệt mỏi quá rồi, vui với thú gì nữa!

Ông Hoàng tỏ ra lo ngại:

- Không khéo chừng mươi năm nữa bọn trẻ không biết Ngô Quyền, Nguyễn Huệ..., và Trần Hưng Đạo là những ông nào!

- Vâng! Chính vì lẽ đó mà bọn tôi cố gắng tìm đủ mọi cơ hội nhắc cho chúng nhớ lịch sử oai hùng của dân Việt. Từ đó chúng mới nghĩ về quê hương. Nếu không chúng nó cứ nghĩ chúng nó là người Mỹ, một giống Mỹ da vàng mũi tẹt!

Ông già Ngộ nhìn lên sân khấu. *Em-xi* đang giới thiệu bài múa nói về cảnh làm lại cuộc đời ở miền Nam của đồng bào miền Bắc sau cuộc di cư. Ông đứng dậy vừa nói:

- Sắp tới tui rồi.

Và ông sẽ đóng vai cha của Nguyễn Trãi trong màn ca cổ "Tâm Sự Nguyễn Phi Khanh" khuyên con đừng khóc lóc mà hãy trở về trả thù cho cha và rửa hờn cho nước khi Nguyễn Trãi lẽo đẽo đi theo tiễn cha tới tận Ải Nam Quan. *"Ta nghe có anh hùng dấy binh khởi nghĩa, thì con hãy về tìm người áo vải Lam Sơn. Đem đại nghĩa thắng hung tàn, lấy chí nhơn mà thay cường bạo. Đêm từng đêm nằm gai nếm mật, tuốt lưỡi gươm thiêng diệt lũ bạo tàn."*

*"... Giặc tham tàn quê hương nát tan,*

*Tấm thân ta xá chi giờ đây.*

*Đừng ươn hèn khóc than triền miên,*

*Non nước ta chẳng bao giờ quên!..."*

Hát xong tiết mục ca cổ, ông lại trở xuống ngồi với ông Hoàng. Lúc nầy chỉ khoảng hơn bốn trăm đồng bào hưởng ứng, nhưng tuyệt nhiên không thấy mặt của một ông nào trong cộng-đồng-ba-người. Dù vậy, đó cũng là điều khiến ông già Ngộ buồn lòng.

Nhưng ông Hoàng tỏ vẻ thông cảm:

- Tôn vinh anh hùng lịch sử thì xấu chỗ nào?

- Chống tôi thì tôi làm cái gì cũng chống!

Ông bạn thắc mắc:

- Tại sao phải chống ông?

- Nhiều chuyện lắm! Nhưng gần đây tôi biên soạn lại tuồng Thái hậu Dương Vân Nga cho ban ca kịch nhóm Hùng Sử diễn. Anh nhớ mình xem trong tù hôn?

- Sao lại không nhớ. Tuồng đó chống Tàu, bây giờ ở trong nước nó đâu cho diễn nữa. Sợ mếch lòng đàn anh. Sau khi Liên-Xô sụp đổ bọn chúng hụt giò, xoay qua ôm chân Trung Cộng mà.

- Họ nói Bà Dương Vân Nga lăng loàn vì làm hoàng hậu hai triều, mà Việt cộng thì phát huy giá trị đạo đức theo kiểu cộng sản. Chúng tôi không đề cập tới đoạn Đinh Điền và Nguyễn Bặc kéo binh đánh Lê Hoàn và Phạm Cự Lượng, chỉ ca tụng tinh thần đoàn kết trên dưới một lòng trước cảnh quốc phá gia vong, trong lúc sứ giả trao tối hậu thơ không thể chấp nhận được, mà nửa triệu binh lính Tống đang trấn ngoài biên cương chuẩn bị tiến quân làm cỏ nước ta.

- Ông chống Tàu, chống cộng. Sao họ lại chống ông? Bộ Việt cộng hả?

Ông Ngộ cản ngay:

- Không! Tôi biết rõ anh nầy chống cộng lắm.

- Nếu thế thì là sụp bẫy gây chia rẽ của bọn chúng rồi!

Suy nghĩ hằn đậm những nét nhăn trên vầng trán cao lên nửa đầu còn lơ thơ ít sợi bạc, ông già Ngộ từ tốn:

- Nhưng tôi không chống họ mà chỉ buồn là cùng một chiến tuyến mà người mình không dung hợp được với nhau. Đấu tranh có rất nhiều hình thức chớ đâu phải chỉ có một. Vô tình mà tự mình làm suy yếu lực lượng của mình.

Một người trong ban tổ chức ghé tai nói nhỏ gì đó. Ông trả lời:

- Được em. Mình phải ủng hộ chớ. Bảo họ để quảng cáo ngoài bàn cho đồng bào lấy. Lát nữa xen vào chương trình văn nghệ, tôi kêu gọi vận động bà con đi thật đông. Có như vậy mình mới tạo được uy tín đối với chánh quyền tiểu bang.

Rồi ông Ngộ quay sang ông Hoàng:

- Mấy anh em trong ủy ban vận động xin để thông báo và lời kêu gọi tham dự Đại hội Cờ Vàng. Dĩ nhiên tôi *ô-kê* liền. Đâu phải họ chống mình thì mình không cho họ phổ biến!

Sắp tới đây cộng đồng sẽ nhận nghị quyết cờ vàng đã vận động từ mấy năm nay! Vì ông ít lời ăn tiếng nói lại học hàm thụ, nhưng chắc bị xem là thân cộng thì đúng hơn, nên không được tham gia vào chức sắc hội tề. Nhưng trong ban tổ chức có người còn đoái hoài tới ông nên ông không nề hà làm một công tác nho nhỏ của một tên chạy cờ!

Bà vợ ông bực mình:

- Anh dám bỏ cái đám cưới con của bạn thân để ở nhà phụ họ mà nhóm anh tổ chức chẳng ma nào tới!

Ông từ tốn:

- Chuyện lá cờ mới là quan trọng tại sao mình không tham gia? Anh chiến đấu và sống chết dưới lá cờ nầy. Bây giờ hiểu lầm mai mốt họ sẽ nghĩ lại và ân hận!

- Suy nghĩ gì mười năm nay mà chưa sáng ra? Họ bảo thủ lắm chớ ân hận cái gì?

- Đành vậy nhưng họ làm chuyện phải mình phải ủng hộ chớ em!

- Tranh đấu cái gì mà cứ chụp mũ người ta hoài, ngu vậy?

- Em đừng nói thế lỡ có người nghe không tốt đâu! Tại vì họ muốn mình làm theo cách của họ.

- Cách gì?

- Cái gì cộng sản làm thì mình không "được phép" làm! Hồi sắp đánh nhau với Trung cộng, cũng may là bọn chúng cho diễn có một tuồng, chớ nếu thêm

"Tiếng Trống Mê Linh" hay "Tâm Sự Nguyễn Phi Khanh" thì bây giờ ở hải ngoại nầy cũng bị "cấm"!

- Thật là hồ đồ!

- Đồng ý mình chống chủ nghĩa Marxist nhưng em nghĩ Lenine nói mấy câu nầy đúng không: *"Ở đâu có áp bức thì ở đó có đấu tranh"* hay *"Ngu dốt cộng với nhiệt tình thành phá hoại."*

Ông Hoàng xen vào:

- Anh trích lời Lenin làm sao khỏi bị chụp?

- Kệ họ! *"Ở đâu có áp bức thì ở đó có đấu tranh"* đang xảy ra bên nhà. *"Ngu dốt cộng với nhiệt tình thành phá hoại"* đang ở hải ngoại, cho nên chỗ nào cộng đồng cũng chia làm đôi làm ba. Và bọn tình báo cộng sản trong bóng tối đang khai thác điểm nầy.

Ông Hoàng nhận định:

- Tại ông nổi quá bọn chúng mới chống. Qua sau mà còn bày đặt làm báo viết văn, văn nghệ văn gừng. Chứ như tôi tàng tàng, ai chống?!

- Anh nói! Tôi nổi cái gì? Làm chánh trị, làm cách mạng thì không làm nổi. Chỉ nghĩ mình làm được cái gì trong khả năng thì mình làm thôi!

Một lát, lời ông Ngộ như đi thẳng vào điểm mà ít người nghĩ tới:

- Nghĩa là tôi chống cộng có hiệu quả chúng mới chống. Đúng hôn? Ai đứng sau lưng mới là vấn đề!

## 4

Buổi sáng trước khi đi bộ, bà Lạc dặn công tác trong ngày: mua chuối, và mua sữa *sô-cô-la* cho cháu nội. Thi hành xong, ông Ngộ làm thêm công tác tự nguyện! Dây trầu bà trong phòng tắm trên lầu dài và dày quá rồi, ông chiết ra thêm một chậu nữa, và cắm cái que dài một gang rưỡi cột hai dây leo vào cho ngọn quắn xuống. Hoa với kiểng! Dần dần ông lại thích. Hoa kiểng khiến tâm hồn ông dịu lại không nổi nóng bất thần như lúc trước.

Như ông ba mươi ngủ một đêm sáng dậy vươn vai quên hết, ông lạc quan và yêu đời như hồi trai trẻ. Vừa làm ông vừa hát nho nhỏ đặng học thuộc lòng những bài nhạc quê hương và nhớ về Sàigòn của Nam Lộc, Việt Dzũng, Trầm Tử Thiêng... để có dịp ông sẽ hát cho đồng bào nghe. Ông cũng biết "tài năng" mình phát triển chậm, bây giờ già quá rồi làm sao mà làm nghệ sĩ trình diễn được. Nhưng ông nghĩ có còn hơn không, chậm còn hơn không bao giờ!

Nhớ hôm nọ nhơn chuyến đi lưu diễn, một anh bạn thích nội dung bài hát nên tặng cái mũ lưỡi trai có hình nước Việt Nam, ông cầm lấy cám ơn rồi cười:

- Để chưng chơi chớ đầu trụi lũi mà đội cái gì!

Ông tự vò cái đầu sói gần trọc bạc trắng còn vài sợi đen cười tiếp:

- Tối ngủ trời mát đâu cần đội nón, còn bình thường thì đã có rồi!

Ông bạn cười tự nhiên, tiếp lời:

- Nón cối! Ở đâu cũng vậy: Nhiều người bị đội nón cối lắm!

Mấy ngày trước, ông ca nhạc sĩ diễn chung màn "Qua Phà Hậu Giang" bị thương đang trong thời gian điều trị không thể lái xe đi xa một mình được, nên ông già Ngộ phải đi rước.

Minh Hải tâm sự:

- Bây giờ thì em cũng bị lạc đạn!

- Anh không sợ sao?

- Mình biết suy nghĩ chớ có phải con nít sao mà nghe theo lời dèm pha của họ!

Minh Hải tức tối:

- Thật buồn cười! Em quen anh hơn mười năm nay, em biết việc làm của anh.

Người tri kỷ chỉ đếm trên đầu ngón tay, ông già Ngộ từ tốn cười:

- Cám ơn anh hiểu tôi. Vậy cũng đủ an ủi!

Và sau đêm văn nghệ, phải đi đoạn đường dài ba tiếng đồng hồ đưa anh chàng về. Anh chàng áy náy đòi phụ tiền xăng ông không bằng lòng. "Kỳ kèo - trả giá - thương lượng" với ông một hồi, cuối cùng thì anh chàng mua hai trái soài riêng "tặng chị".

Từ chối mãi không được, ông Ngộ chịu thua:

- Thôi cũng được đi. Soài riêng hay sầu riêng cũng vậy. Soài riêng tặng chị, còn sầu riêng thì tặng cho tôi, tôi nhận!

■ nhuận sắc 5/11/2023

# làm rể tây ninh

** Thân tặng vong linh Võ Văn Lợi*

## 1

Thời gian nầy tình hình chiến sự có hơi găng nên Tiểu khu Tây Ninh biệt đãi những đơn vị tăng phái hành quân. Phi hành đoàn ăn ngủ tại nhà khách Tòa Hành chánh Tỉnh, không xa với phòng hành quân; ngoài ra còn được biệt phái hẳn một chiếc xe Jeep có tài xế riêng. Trừ những phi vụ bay đêm bất thường, buổi sáng quý quan lên phi trường Trảng Lớn, chiều tối lại về tỉnh lỵ. Sau phi vụ, đời nào các quan lại chịu nằm chèo queo trong cái văn phòng bỏ hoang quạnh quẽ của phi trường Trảng Lớn nắng cháy; không đi uống café thì cũng lả lướt đâu đó. Thỉnh thoảng mấy anh em cũng vào chợ mua ít đồ dùng lặt vặt. Bắt tài xế ngồi giữ xe kẻo giặc gài mìn hay bỏ lựu đạn vô bình xăng, hai anh chàng quan bay lủi vô nhà lồng chợ. Khi xong việc, lúc đi trở ra anh Thanh mới tâm sự:

- Hồi nãy ngang qua cái tiệm thấy một cô đẹp quá!

Biết anh Thanh chỉ *thấy* chớ không phải *gặp*, anh Hân cười nói huề vốn:

- Con gái đứa nào không đẹp!

Thanh cãi:

- Nhưng con nhỏ nầy có duyên lắm!

Nhìn Thanh đang hào hứng, Hân đùa:

- Muốn gì đây?

Thanh mắc cỡ làm thinh. Anh Hân lại hỏi:

- Mà mầy có thích không đã?

Anh Thanh trả lời xụi lơ:

- Thích là một chuyện!

Hân khai nhãn cho anh ta:

- Không mua vé số làm sao mà trúng!

Thanh không nói nhưng nhìn mặt anh ta *đần ra* và thái độ thành khẩn, Hân biết anh Thanh đã bị cô bé "*có duyên đẹp quá*" nào đó đã hốt hồn rồi. Lên xe, Thanh còn lặp lại câu nói lúc nãy:

- Con nhỏ nhìn có duyên lắm!

Anh Hân vẫn một bài bản cũ:

- Con gái đứa nào không có duyên!

Tưởng yên chuyện, không ngờ tối lại anh Thanh trằn trọc hoài. Anh Hân nghĩ tới chuyến bay sớm ngày mai, chưa kể những phi vụ khẩn cấp và bất thường, lại bảo:

- Thôi ngủ đi! Mai còn đi hành quân sớm!

Thanh bên kia giường nói vọng sang:

- Không ngủ được.

Hân hỏi gặng:

- Không ngủ được hay ngủ không được?

- Ngủ không được. *Không ngủ được* hay *ngủ không được* cũng vậy thôi!

- Khác chớ! Muốn ngủ mà ép giấc ngủ không được phải hôn? Mầy muốn làm rể Tây Ninh à?

Không có tiếng trả lời. Anh Hân nghĩ ai lần đầu tiên mới gặp ý trung nhơn cũng vậy thôi. Nhưng trước nay chưa từng có một cuộc tình nào - có chăng trong tiểu thuyết - chỉ gặp mỗi một lần chưa nói một lời nào mà đã tương tư đến như vậy! Ngủ một giấc không biết bao lâu thức dậy không thấy Thanh đâu, Hân xỏ giày bước ra ngoài thì anh Thanh đang ngồi ngay chỗ bồn hoa nhìn trời trăng mây nước. Lẫn trong bóng cây, đầu nầy góc nọ, vài anh lính súng cầm tay đi tuần tiểu. Không gian lặng như tờ. Thành phố đang ngủ yên. Thỉnh thoảng nghe tiếng đại bác xa xa vọng về.

Từ đây nếu ở trên lầu Tòa Hành chánh Tỉnh, vào những đêm trăng, người có tâm hồn nghệ sĩ có thể sáng tác nhạc hay làm thơ được vì nghe tiếng chim gì tình tứ rù rì nho nhỏ trong các khóm lá! Bóng những tàng cây cổ thụ xuyên qua khung cửa sổ nhảy múa trên nền gạch bông theo từng đợt gió nhẹ. Và hình ảnh núi Bà Đen mây giăng giăng ngang lưng chừng hơi mờ mờ xa xa. Và đặc biệt từ đây có thể nhìn sang tới tận cái nhà lồng chợ phía bên kia sông về hướng Tây, nơi có người con gái mặc áo tím hoa cà làm điêu đứng người lính viễn phương.

Anh Hân kéo anh Thanh vô, vỗ về:

- Thôi vô ngủ đi ông con. Lỡ mai bị *vertigo* thì đi đời hết cả đám! Tao không sao, có chết cũng không ân hận. Nhưng mầy chưa hưởng mùi đời mà đi sớm như vậy cũng thiệt đời son trẻ!

Anh Hân đã hưởng mùi cay đắng cuộc đời rồi, đèo bồng vợ con rất sớm, vì anh thích làm thơ từ hồi mới bước chơn vào trung học! Nhưng tác phẩm của anh chỉ được lên bích báo trong lớp hay nếu khá hơn chút nữa thì cũng chỉ đăng trong giai phẩm Xuân của nhà trường. Vì sống trong mơ mộng hão huyền, đáng lý anh phải lù đù như những thi hào thi bá, nhà thơ lớn nhà thơ bé, nhà thơ ba chữ, nhà thơ cách tân, nhà thơ đường luật, nhà thơ cổ phong, nhà thơ cà giựt, nhà thơ triết lý, nhà thơ hình thoi,... nhưng anh lại năng động tài lanh làm mai làm mối cho những anh chàng độc thân!

Tối ngày hôm sau, sau khi đi bay về, ăn uống tắm rửa xong xuôi, Hân mớm ý:

- Mầy có muốn đi đâu chơi hôn?

Thanh mừng như được ôm nàng tiên trong vòng tay cười hớn hở:

- Biết rồi, còn phải hỏi!

Trước khi *hành quân,* Anh Hân dặn dò cặn kẽ:

- Phải thuộc nằm lòng câu thiệu "Thứ nhứt đẹp trai thứ nhì chai mặt". Mầy được cái đẹp trai nhưng phải bình tĩnh và chính xác như lúc cắm đầu xuống bắn rocket vậy. Không được run nghe chưa!

Anh Thanh tiếp thu bài học cấp tốc:

- Nhận năm trên năm, Đại Bàng!

Anh Hân *xâm mình* dắt anh Thanh ra giới thiệu đại theo chiến thuật nhà binh đánh nhanh chiếm mục tiêu thực hiện chính sách *tam cùng* ở luôn bảo vệ dân! Tôn Tử và Hưng Đạo Vương Đại Vương Trần Quốc Tuấn có sống lại cũng không ngờ đệ tử tiến công thần tốc và lợi hại đến như thế!

## 2

Trời đã chạng vạng tối. Phi hành đoàn đi bay đã về đáp gần hết. Mấy ông nhà ở Sài Gòn nóng ruột phản ứng:

- Có chuyện gì cứ ra lịnh đại cho rồi.

Nói dại, ngay lúc nầy nếu giặc cộng phóng một trái hỏa tiễn 122 ly vào sân giữa bốn Phi đoàn thì chắc ngày hôm sau Vùng III Chiến Thuật khỏi cần không yểm luôn! Đơn vị nằm ngay chân cái bồn nước là điểm chuẩn lý tưởng cho pháo. Ngoài ra, trong khu vực nầy còn có hai Phi đoàn Khu trục cánh quạt 514 và 518, và Phi đoàn F5 522, cũng sẽ cùng chung số phận!

Các quan nhốn nháo:

- Tiêu mẹ nó một buổi tối rồi!

Có người an phận:

- Còn phải đợi mấy thằng về trễ!

Có lẽ Phi đoàn trưởng và Ban tham mưu cũng nóng ruột nên không đợi nữa. Vừa tan hàng cố gắng xong, trong đám *Đại úy già* một số phóng về Saigon; số còn lại có nhà ở Biên Hòa hoặc trong cư xá thì về vui với vợ con, mừng thầm là đã qua một ngày còn sống sót, *thời chiến mà!* Mấy anh em độc thân còn đứng ngồi lố nhố như chưa quyết định phải làm gì và đi đâu. Họ không hiểu nhiều về Thanh nên không chia sẻ tâm tình. Gặp Hân như bắt được vàng, Thanh than phiền ngay:

- Tao tình nguyện mà nó cũng không cho đi!

Hai anh ngồi trên bậc thềm nhìn qua con đường sang khu cư xá sĩ quan độc thân Bình Nam lợp tôle fibro xi-măng. Đã nghe tiếng nhái kêu than từ vũng lầy đầy cỏ dại giữa hai dãy nhà. Qua một con đường nữa từ cổng Bộ Chỉ Huy Kỹ Thuật - Tiếp Vận dẫn ra Bộ Tư Lịnh là tới cư xá Nguyễn Thống dành cho gia đình sĩ quan, có hàng cây trứng cá ở cổng ra vào, ngay thư quán Thùy Dương của anh Hân đã lên đèn.

Anh Hân như không để ý câu nói của Thanh:

- Sao ngồi đây chưa chịu về?

Trong khi kiên nhẫn nghe anh Thanh vắn tắt tường trình kết quả buổi họp, Hân cảm nhận giặc đang mở cuộc tấn công toàn khắp miền Nam, nhứt là vùng biên giới. Hân an ủi *"Thôi để kỳ sau"* rồi cười nói thêm:

- Muốn chết thì để từ từ đâu có muộn. Có gì mà gấp!

Thanh phản ứng như sừng sộ:

- Chết? Mầy tưởng ở đây pháo kích không chết à?

Hân cười trừ. Một lát Thanh nói như than:

- Có nhiều thằng không muốn mà cứ bắt người ta đi!

Hân từ tốn:

- Thì phải luân phiên để thằng nào cũng ít nhứt đối diện với cái chết một lần, và qua đó rút tỉa kinh nghiệm chiến trường! Mầy có kinh nghiệm chiến trường thì đàn em mới phục. Nó có phục, mầy mới làm việc được!

Biết mà Hân vẫn hỏi:

- Ăn cơm chưa?

- Ăn gì mà ăn? Ngán cơm quá. Quán Cây Trứng Cá đi!

Leo lên chiếc xe Lambretta trắng của Thanh, Hân nói:

- Muốn gì cũng phải từ từ. Phi đoàn đâu phải của riêng tao hay của mầy!

Hân bình tĩnh giảng giải:

- Phải để người ta làm việc chớ! Chừng nào làm sếp mầy mới thông cảm cái khó xử của người chỉ huy!

Thanh ân hận:

- Đành rằng như vậy rồi, nhưng nhiều khi nổi nóng nói tầm bậy!

Chưa kịp thay quần áo, hai anh phóng một mạch

tới Biên Hùng. Như thường lệ, không cần kêu không cần gọi, tự nhiên cô gái bưng ra hai tô hủ tiếu đặc biệt theo sở thích của hai anh chàng, còn thêm café đá cũng đặc biệt ít đường. Ăn xong đứng dậy đi, tự nhiên như người Hà Nội. Về trấn nhậm cái đất xứ bưởi Biên Hòa bữa trước bữa sau, không cần ai quảng cáo, ắt người ta biết tới cái quán hủ tiếu nầy. Cả đơn vị không ai biết tên thật của nó là gì, chỉ gọi là Quán Cây Trứng Cá. Buổi chiều nắng gắt cỡ nào cũng không ảnh hưởng nhờ những tàn cây trứng cá che hết mấy cái bàn ngoài sân hướng Tây.

Thực khách vừa thưởng thức món ăn vừa nhâm nhi chút rượu vừa nhìn sang bên kia là Ty Cảnh Sát. Thời buổi chiến tranh, Việt cộng hay chơi cái màn khủng bố, vào quán nầy người ta có được cái cảm giác an toàn hơn những nơi khác. Nhờ vậy mà bà chủ ăn nên làm ra, chẳng mấy chốc mà lên nhà lầu. Nếu không vậy thì bà đâu có mấy căn phố vừa cho mướn vừa để các cháu từ quê ra trọ học. Anh Võ Văn Thanh trưởng thành từ vùng đất hiền hòa và trù phú miền Đông nầy chỉ cách thủ đô Sài Gòn chưa tới hai mươi cây số đường chim bay. Sau khi xong tiểu học từ cái trường quê ở quận Công Thanh, anh thi đậu vào Ngô Quyền, xuống Biên Hòa ở với bà cô luôn cho tới khi đi lính. Rồi sau khi ra trường cũng về phục vụ tại đây. Không ai rảnh tìm hiểu lý do tại sao anh lại kết thân với anh Hân.

Anh Hân ngoi lên từ ruộng đồng miền Tây chất phác, chưa tới tuổi *nhi lập* đã đùm đề *mấy lửa*, luân phiên đi biệt phái các nơi cũng được mà hành quân ở đơn vị cũng không sao. Cứ nước chảy lục bình trôi, tới tua là đi. Đi biệt phái thì lãnh lương sớm. Lo gì! Trời sanh voi sanh cỏ mà! Còn anh Thanh đã *nộp đơn* làm rể Tây Ninh rồi chẳng lẽ không *lo tiến hành thủ tục!* Mong gặp em gái hậu phương từng ngày từng giờ từng phút từng giây đến đỗi *đêm không ăn ngày không ngủ!*

Anh Hân bàn với ông Phi Đội Trưởng:

- Kệ! Anh cho nó đi đi!

Thiếu tá Sơn còn run:

- Tao sợ mấy thằng khác tụi nó phân bì!

Hân khẳng định:

- Phân bì cái gì không biết! Bộ anh cho nó biệt phái Biệt Khu Thủ Đô hoài à!? Đi tới chỗ chết chớ bộ ăn cái giải gì sao? Đứa nào thắc mắc để tôi giải tỏa cho. Anh đừng lo.

Anh Sơn tiếp:

- Đành vậy rồi! Tao biết nó còn cu-ki nên gan dạ và làm việc được; còn mấy thằng kia càng lớn càng lạnh cẳng! Chiến trường bây giờ cần mấy thằng như nó!

Hân bơm thêm:

- Tội nghiệp! Từng tuổi đó mà nó xách xe không chạy lòng vòng hoài. Bây giờ có cơ hội ngàn năm một thuở, cho nó một *phát súng ân huệ* đi. Có chết nó cũng mãn nguyện!

Từ một hai tuần trước Thanh đã bắt đầu ghi danh làm rể Tây Ninh rồi, nhưng Hân bi thảm hóa để gợi lòng thương hại của anh Phi Đội Trưởng:

- Vừa rồi tôi làm mai cho nó. Nhưng con trai mới lớn, anh biết, nó còn nhát đèn lắm. Để tôi tác hợp đôi trẻ cho tụi nó yên bề gia thất cho rồi!

Khi từ giã, anh Hân hình như có chút ray rứt:

- Ờ! Bắt nó đi chỗ chết hoài lỡ có bề gì không biết làm sao!

Anh Sơn rán thêm một câu:

- Cha mẹ nó già, nó là con một mà không chịu xuống đất giùm cái! Cứ tình nguyện vào chỗ chết hoài!

## 3

Mười năm sau khi đứt phim, thân tàn ma dại sống sót trở về, anh Hân đón xe đò theo Quốc lộ số 1 trở lại Thành phố Tây Ninh, ghé thăm cái tiệm có người con gái mặc áo hoa cà lần đầu tiên đã làm đắm say người bạn. Bước vào chính cái tiệm ngày xưa nhưng Hân cứ nghi ngờ không phải vì nó vắng vẻ quá. Lúc anh Hân đang lớ ngớ chưa kịp chào hỏi thì một ông già trông hơn trăm tuổi lên tiếng như từ cõi xa xăm:

- Em muốn hỏi ai?

Anh Hân dè dặt:

- Thưa bác! Cho cháu hỏi chị Tám và chị Mai còn ở đây hôn?

Ông già nhìn anh Hân ốm tong teo vàng vọt hơi lâu:

- Em quen với mấy đứa nó à?

Tiếp theo là lời nói đứt quãng:

- Con Tám... chết... rồi!

Lúc trước hỏi thăm gia đình, nghe nói người cha đã qua đời, anh Hân không ngờ ông già là nhạc phụ của anh Thanh:

- Thưa bác! Cháu là bạn của chồng chị Mai.

Ông già cảm động nhìn trân trối rồi thân mật nắm tay anh Hân, giọng run run:

- Mầy là bạn của thằng Thanh đây sao, em?

Bác vẫn chưa hết xúc động. Hai dòng lệ từ từ lăn theo hai bên sóng mũi chảy xuống trũng sâu đôi má hóp:

- Mầy đây, còn thằng Thanh đâu, con?

Khoảng chừng nửa tháng sau khi miền Nam đổi chủ, ủy ban quân quản ra lời kêu gọi sĩ quan, đảng phái, và công chức chánh quyền cũ đi *cải tạo*. Anh Hân không trình diện nhưng cuối cùng thì hai anh vẫn phải gặp nhau trong tù. Anh Hân dán cặp mắt vào bác Hai trông dáng mệt mỏi như chết chưa chôn:

- Lúc ấy con ở trại hai còn anh Thanh ở trại ba, thỉnh thoảng mới gặp nhau.

Bác Hai ngó ra ngoài cửa khi chị Mai và đứa cháu ngoại bước vào nhà. Anh Hân đứng dậy để chị Mai nhìn người quen. Chị Mai ngờ ngợ trong vài giây rồi không giữ ý tứ chạy lại ôm anh Hân òa lên khóc:

- Chắc anh Thanh chết rồi hả anh Hân?

Không làm Từ Hải, anh Hân cũng chết đứng:

- Chị Thanh! Chị hãy bình tĩnh!

Chị Mai, đã mảnh khảnh giờ ròm thêm, kể lể:

- Lúc ảnh ở Suối Máu tôi có thăm... rồi biệt tích luôn!

Anh Hân khổ tâm:

- Tôi cũng có gặp ảnh. Sau đó nó biên chế lại mỗi đứa một nơi.

Đi vòng vo rồi cuối cùng cũng lại gặp ở Hàm Tân:

- Có người bạn cho biết ảnh chuyển đi Z30C.

Lợi dụng đêm mưa gió cúp điện, anh Thanh cùng một người bạn tù nữa, Thiếu úy Long -Biệt Động Quân, trổ nóc tôn nhà cầu trốn trại. Anh Long vượt khỏi rồi; anh Thanh mới vừa qua khỏi hàng rào, vừa lúc đèn điện có lại, chúng bắn anh trọng thương. Qua khe hở, những người tù biết anh Thanh bị đổ ruột và hai cái chân muốn lìa khỏi thân thể. Chúng lôi xểnh anh vào bỏ giữa sân trại không cho y tá săn sóc, làm đại yến thết đãi cho lũ chuột đói quanh năm. Người có kinh nghiệm tác chiến biết anh Thanh bị AK47 bắn rất gần từ sau trổ ra trước. Chưa kịp tới sáng thì anh vĩnh viễn ra đi. Lúc anh Hân và một người bạn tù nữa làm thủ tục chung sự thì thân thể anh... chỉ còn chừng phân nửa! Thi hài anh Thanh bó chiếc chiếu đệm cột tòn teng trên cây đòn khiêng với hai người bạn *được* hai công an *hộ tống* ra khu mả tù.

Anh Hân chuẩn bị tâm lý cho chị Mai:

- Có khi nào ảnh trốn trại rồi vượt biên luôn hôn?

Chị Mai khẳng định:

- Tôi không tin là ảnh còn sống. Đã nhiều lần báo mộng. Ảnh linh lắm anh à!

Chị lại thêm:

- ... Vả lại, nếu vượt biên còn sống thì thế nào ảnh cũng gởi thơ về. Nhiều người tưởng mất tích mà liên lạc lại được với gia đình. Anh Phương con bác Ngạng đã lên bàn thờ ngồi mười năm rồi đó!

Hân buột miệng:

- Ngạng nào? Phải bác Ngô Văn Ngạng nấu rượu hôn?

- Tôi không biết họ nhưng đúng rồi, bác Ngạng ở Tân Ba đó!

Chị Mai trở lại câu chuyện:

- Hơn nữa, tôi đâu có lỗi lầm gì với ảnh và cả với gia đình bên chồng!

Anh Hân nói tiếp:

- Trong tù cũng như sau khi ra trại, tôi cứ hỏi thăm anh Thanh hoài mà lạ thật, không anh em nào gặp!

Chợt nhớ ra, chị Mai bảo đứa con gái:

- Chào bác Hân đi con. Bác là bạn thân cùng Phi đoàn với ba con đó!

Dù ngày cúng đầy tháng cháu Nga trên nhà ông

bà nội ở Công Thanh, với nhiều người bạn cùng đơn vị có lên dự, anh Hân cũng không ngờ cháu có nét duyên dáng dễ thương như mẹ. Nhưng qua cái khuôn đúc *made in* Võ Văn Thanh thì không sai chạy vào đâu được. Ba mươi năm sau lỡ cháu có lưu lạc ở đâu, người cùng đơn vị với anh Thanh cũng đều nhận ra ngay. Nó sanh đúng cái ngày định mệnh mà ngày sanh nhựt thứ hai của nó chưa kịp tổ chức đã phải bỏ của chạy lấy người.

Hân hỏi trống không:

- Ủa! Còn thằng em đâu?

Chị Thanh nhớ lại cái ngày bi thảm:

- Năm đó chị Tám ẵm thằng Hùng đi về quê thăm bà ngoại bị giựt mìn. Chết hết rồi!

- Xin lỗi chị! Tôi vô tình gợi lại niềm đau. Anh Thanh có kể mà tôi quên lửng đi!

Nói tới thằng Hùng thì chị Mai lại nhớ tới con Loan mũm mĩm sanh sau nó mấy tháng. Ngày sanh nhựt thằng Hoan, tụi chúng nó còn bò dưới đất chơi với nhau.

- Hồi nãy giờ tôi quên mất! Chị Hân và mấy đứa nhỏ ra sao?

Anh Hân như không nghe câu hỏi của chị Mai đến khi chị lập lại một lần nữa. Anh dằn lòng không kể bà xã bị xâm phạm tiết hạnh rồi vứt xác trong rừng:

- Nhà tôi và cháu Loan cũng bị chết bất đắc kỳ tử trong chuyến thăm nuôi rồi, chị à!

Chị Mai nước mắt ràn rụa như chính người thân

của mình bị tai nạn:

- Trời ơi là trời! Cái quân bất nhơn! Trời đâu? Sao không giết nó cho rồi!

Bác Hai tiếp nhận lời trách của chị Mai:

- Trời đâu mà trời, con! Có trời thì thằng Xích-Ta-Lin, thằng Mao Trạch Đông đã không có đất sống trên thế gian nầy!

Bác Hai đi kháng chiến chống Pháp từ thời Việt Minh. Dần dần nhiều người biết mặt trái nhưng cứ nghĩ đặt quyền lợi tổ quốc lên, xong rồi hẳn hay:

- Cái quân tàn ác bất nhơn không kể gì hết! Ở với nó mấy chục năm, tao còn lạ gì!

Hòa bình lập lại, bác Hai trở về với cảnh nhà tan cửa nát. Vào những ngày cuối cùng của cuộc chiến, bác gái và anh con trai đã không kịp đón bác theo *đoàn quân chiến thắng* trở về! Khuôn mặt bác méo mó tiếc nuối và thất vọng:

- Tao kẹt trong đó ra không được, cũng không cách gì liên lạc được với gia đình. Còn ở ngoài nầy... tụi bây đánh đấm cái gì như gãi ngứa!

Anh Hân thở dài:

- Có đánh hoài cũng vô ích. Đánh không cho thắng làm sao mà đánh được, bác!

Bác Hai nhớ chuyện trong khu:

- Tụi nó nói toàn *chuyện phong thần* không!

Anh Hân hậm hực:

- Cả hai thằng lớn cộng với khối Đông Âu yểm

trợ nó; Mỹ tốn hao và mệt mỏi quá muốn rút và cúp hết viện trợ thì lấy gì mà đánh, bảo không thua!

## 4

Về nhà, anh Hân viết cho chị Mai một bức thơ:

*"Chị Thanh thân,*

*Từ ngày thăm gia đình chị ở Tây Ninh về, lòng tôi cứ ray rứt mãi về một điều tôi xem như một món nợ! Sau khi suy nghĩ thật kỹ tôi mới dám viết bức thơ nầy cho chị. Mong rằng chị đọc với cõi lòng bình tĩnh. Bây giờ thì mọi chuyện đều thành dĩ vãng, muốn níu ngược thời gian cũng không được, cho nên hãy hướng về tương lai là hơn.*

*Quả thật tôi còn giấu chị một điều mà tôi nghĩ chị đã biết hay ít nhứt cũng đã cảm nhận! Nhiều người trong số anh em bạn bè mình đã ra đi không cách nầy thì cách khác. Thời gian chỉ mười năm mà có rất nhiều biến cố tôi nghĩ như chiều dài thế kỷ; lại nghĩ như mới ngày hôm qua hay hôm kia đây vì những hình ảnh và kỷ niệm còn hiện rõ ràng từng nét.*

*Cuộc chiến qua rồi, người thua cuộc không ai khác hơn là đồng bào ruột thịt của mình, đặc biệt là những người lính và thân nhơn của họ. Người ra đi thì coi như đã đền xong nợ nước, nhưng người còn lại phải cắn răng chịu đựng với hoàn cảnh trái ngang, cố bám víu vào một niềm hy vọng cho ngày mai tươi sáng hơn.*

*Không nói thì chị cũng biết anh Thanh và tôi tuy không cùng nguồn gốc xuất thân nhưng là bạn sống chết với nhau từ khi anh Thanh ra trường về Biên Hòa. Đặc biệt đối với tình yêu của anh chị, tôi cũng có dự phần từ những ngày đầu, và tôi rất hân hạnh được anh chị xem là người bạn thân của gia đình.*

*Tôi còn một thằng con trai duy nhứt lớn hơn con cháu Nga ba tuổi, đang học chớ cũng chưa thành đạt gì. Tôi gà trống nuôi con nên chưa chắc giáo dục cháu theo đúng hoài bão của mình, nhưng thiển nghĩ ít nhứt cũng không đến đỗi tệ! Nếu chị không chê cháu mồ côi, thì tôi đề nghị mình bắt chước người xưa hứa hôn cho hai cháu. Vài năm sau khi hai đứa nó đủ tuổi và nếu thích nhau thì mình tác hợp.*

*Nếu chị đồng ý, thỉnh thoảng tôi sẽ đưa cháu lên Tây Ninh chơi để tụi nó quen biết với nhau (nhưng đừng đề cập chuyện mình hứa, e chúng nó mất tự nhiên). Nghĩ đến ngày hai đứa tụi nó nên duyên, tôi mừng như đó là chuyện thật! Noi gương bác Thanh của nó, hy vọng mọi chuyện suôn sẻ, thằng con tôi lại tiếp tục làm rể Tây Ninh.*

*Chắc chắn anh Thanh sẽ vui lòng nơi chín suối và tôi cũng sẽ trả được món nợ ân tình giữa hai gia đình thân nhau như ruột thịt.*

*Chúc chị sống hạnh phúc và vui vẻ với gia đình. Gởi lời thăm bác Hai và cháu Nga.*

*Thân,*

....

Khoảng một tháng sau, dắt theo thằng Hoan, anh

Hân trở lại Tây Ninh.

Chị Mai bảo cháu Nga:

- Con dắt anh Hoan đi chơi cho biết Tòa Thánh Tây Ninh đi.

Con Nga lẹ làng dắt thẳng anh đi Long Hoa. Nó vô tư:

- Rồi ảnh sẽ muốn ở đây luôn cho má coi!

Ba người lớn nhìn theo hai đứa nhỏ, lòng tràn ngập niềm vui hạnh phúc. Chị Mai nhìn anh Hân:

- Bây giờ tụi nó còn dạn hơn lứa tuổi mình hồi xưa!

Bác Hai không đồng ý:

- Tụi nó còn vô tư chớ chưa nghĩ gì đâu!

Anh Hân nhận định:

- Bây giờ thì sớm quá. Ít năm nữa mới chín muồi!

Anh Hân quay sang chị Mai cười nhắc chuyện cũ:

- Hồi đó anh Thanh được vậy hôn?

Chị Mai mắc cỡ:

- Được vậy cũng mừng! Ảnh nhát lắm!

- Có nhát đèn, chị mới bắt cóc được! Con trai tân ba mươi tuổi chưa có lửa nào mà! Chị hên lắm đó!

Anh Hân mở cái bịch lớn gói giấy dầu cột hai ba lần dây nhợ ra. Qua hai lớp bao xi-măng, tới một lớp ni-lông. Sau tấm giấy ni-lông, hiện ra tấm hình Đại úy Thanh mặc áo bay đen đội ca-lô xanh trong cái khung gỗ đánh vẹc-ni:

- Trong số hình bên nội cháu ở dưới quê còn lưu giữ, tôi tuyển lựa tấm ngon lành nhứt đó. Tặng cho chị và cháu Nga để thờ.

Chị Mai rưng rưng nhận lấy. Hai hàng lệ lại rơi xuống khuôn mặt người thiếu phụ chờ chồng trong tuyệt vọng. Ít nhứt chị đã biết anh không về nữa.

Anh Hân nhìn chị Mai, do dự:

- Không biết tôi nói cái nầy có phải phép không? Chị còn trẻ. Nếu chị quyết định ở vậy nuôi con thì quả là *tiết hạnh khả phong!* Còn nếu chị bước thêm bước nữa thì nên suy nghĩ chính chắn. Nhưng nếu chị cần một lời cố vấn, thì tôi có thể nói như vầy: Đàn ông không khác nhau mấy đâu! Hơn nữa đàn ông bây giờ....

Anh Hân bỏ lửng câu nói. Chị Mai nhìn anh Hân trân trối chia sẻ và cám ơn sự cảm thông. Anh Hân tiếp:

- Đàn ông bây giờ chẳng ra làm sao cả! Tôi chưa thấy một người nào lý tưởng như anh Thanh!

- Cám ơn anh! Tôi hiểu ý anh nói.

- Cái gì cũng một thời như con gái hay tuổi học trò.

- Tiếc là ở thế hệ mình, cái thời đó như bông hoa chưa nở trọn đã thui chột!

- Tôi còn trẻ chưa chắc ở vậy thờ chồng nuôi con suốt đời!

- Dĩ nhiên thời bây giờ chớ đâu phải năm mươi năm trước, nếu chị bước thêm bước nữa, gia đình và xã hội không ai chê trách chị! Hồi trong tù tôi đã bảo bà xã nếu sau ba năm mà tôi không về thì nhà tôi có quyền tự quyết định cuộc đời mà tôi sẽ không hề trách.

- Tội nghiệp chị Hân vắn số! Đầu tắt mặt tối lo cho chồng con mà cũng không kịp nhìn thấy anh về! Tôi chứng kiến và va chạm nhiều nên hiểu được hoàn cảnh của đa số phụ nữ mình có chồng cải tạo!

- Lúc tôi đi ở tù, vợ con ở nhà đâu còn lãnh lương nữa!

Chị Mai cười xen vào:

- Nó chưa giết là may. Còn đòi lãnh lương!

Nỗi đau đè nặng tâm hồn anh Hân:

- Nhà tôi một nách hai đứa con nít, không nhà không cửa, lại không có một đồng dính túi. Nghề gì cũng làm để nuôi con. Có khi ở đợ cho người ta nữa! Khi nhà tôi và con cháu Loan chết bất đắc kỳ tử, một người cùng quân chủng mà tôi không quen biết cám cảnh mang thằng lớn về nuôi. Bây giờ nó mười lăm tuổi rồi đó.

Anh Hân lập lại đề nghị lúc trước:

- Nếu gia đình chị và cháu Nga không chê, tui gả nó cho con gái chị đó!

Bác Hai vui vẻ nói vô:

- Ờ! Được à! Ý kiến hay!

Chị Mai từ khi nhận bức thơ đã bằng lòng:

- Tui nhứt trí liền! Hai gia đình thân nhau như ruột thịt mà!

Bác Hai nhìn chị Mai rồi quay sang anh Hân gợi ý:

- Còn mầy! Cũng tính luôn cho rồi!

Anh Hân trả lời:

- Cám ơn bác nghĩ đến con! Nhưng con còn nhiều chuyện khác để làm.

Sau một lúc ngập ngừng, anh Hân quả quyết:

- Vả lại, con bị bất lực không còn ham hố chuyện vợ chồng nữa!

Bác Hai thắc mắc:

- Tướng tá mầy còn ngon quá mà!

- Trong tù, sau khi vượt ngục thất bại, con bị tụi nó đánh chết lên chết xuống. Bây giờ gãy cột sống chẳng nên cơm cháo gì! Hai bác cháu thằng Hoan làm rể Tây Ninh cũng đủ rồi, bác Hai!

■ nhuận sắc 5/11/2023

# anh tư hồi hương

** Thân tặng Nguyễn Tri Phương*

Lúc có chiến dịch hồi kết vượt Trường Sơn, anh Tư Phương xin về Nam hoạt động không được đảng nhứt trí vì anh vô số tội mà nặng nhứt là tham gia cuộc bạo loạn của dân Nam kỳ chống "bộ đội cụ Hồ". Sau biến cố đó, dân tập kết bị phân tán mỏng bổ sung cho các nông trường và công trường lao động sản xuất. Anh đâm ra lì, sai thì làm không bảo thì thôi, "Kệ mẹ nó, tới đâu hay tới đó!" Cho nên theo cách mạng mấy chục năm trời chỉ lên tới hạ sĩ rồi phục viên!

Nghĩ đã hết thời bay nhảy, thân trai mười hai bến nước trong nhờ đục chịu bèn tấp đại vào chị Hoa cửa hàng Rau Quả cho có âm có dương, người ta nói vậy, chớ dương thịnh quá thì cũng sanh chuyện. Có gia đình thì hết còn ở khu tập thể độc thân *quậy* xả láng, *trên* cấp cho một căn hộ rộng mấy thước vuông trong khu tập thể gia đình, quay qua quay lại không đụng cái chõng tre thì cũng đụng cái bàn gỗ tạp. Cho nên vợ chồng xào xáo hoài; vậy mà cũng đẻ được hai đứa con không đến đỗi nào.

Mãi đến sau khi cách mạng thành công đúng như ý muốn, lòng mừng khấp khởi, anh Tư xin thủ trưởng:

- Tôi mong mau tới ngày nầy đặng về xem bà già còn sống hay không, mạnh khỏe thế nào.

Nhưng theo ý anh thủ trưởng thì cán bộ cấp trung trở xuống còn chờ lịnh trên:

- Tình hình còn mới chưa ổn định. Đợi đã! Để các anh lớn đi điều nghiên trước.

Quả thật bộ chánh trị và trung ương đảng từ lớn tới nhỏ đều đi miền Nam điều nghiên tình hình, chỉ để cán bộ nhí trực văn phòng. Có chuyện gì quan trọng cần giải quyết đều phải chờ dài cổ, nhưng lịnh là lịnh! Nhơn viên đứa nào muốn vắng mặt chỉ cần bỏ nhỏ một câu. Hầu như chẳng có chuyện gì làm, suốt ngày mấy đứa còn lại chỉ đánh cờ tướng chán thì chơi tiến lên. Anh thủ trưởng cũng nôn nóng đi thăm một người bà con xa di cư hồi 1954:

- Tôi có họ hàng trong Nam mà chưa đi được. Đồng chí vợ con ở đây vội gì!

Trong lúc các anh lớn còn đang điều nghiên ở miền Nam chưa về mà xe Molotova, xe nhà binh GMC, và xe hàng bị trưng dụng đã chở "chiến lợi phẩm" về nườm nượp. Dưới những đám bụi mù dọc lề đường, nhơn dân của một đất nước anh hùng ăn mặc rách rưới xốc xếch đứng nhìn cuộc đại thắng mùa xuân mà lòng buồn tê tái cho thân phận mình và cho mấy thằng "sinh Bắc tử Nam!" Anh Tư chán ngấy cuộc cách mạng giải phóng dân tộc và muốn thoát khỏi cái đất nầy càng sớm càng tốt:

- Tôi xa gia đình hai mươi năm rồi! Từ đó tới nay không biết tin tức gì hết!

Hồi thời Tây, ông già của anh Tư Phương đã tử thương trong trận tấn công đồn Công Thanh. Thêm hai mạng nữa mới lấy được cái xác trong hàng rào kẽm gai. Bà mẹ trẻ ở vậy nuôi đứa con trai duy nhứt. Mới hai mươi tuổi, gái một con bao nhiêu ong bướm vây quanh nhưng bà đã hy sinh tuổi xuân cho nó mà nó không nghĩ tới bà. Ở cái tuổi mười lăm, nó hồ hởi đi tập kết:

- Tui theo anh Tám Cao với anh Bảy Truyện đi tập kết Bắc kỳ hai năm thì về.

Bà mẹ rưng rưng nói:

- Ba mầy hy sinh, dòng họ chỉ còn một mình mầy. Bắc kỳ xa lắc xa lơ, đi làm gì, con?

Không cần suy nghĩ, nó trả lời câu thuộc lòng:

- Làm cách mạng, má!

- Gia đình mình đóng góp cho cách mạng vậy cũng đủ!

Nhưng thằng Tư bất chấp, bất quá như đi theo ghe chài chở lúa có khi hàng mấy tháng chưa về, gạo chợ nước sông cũng chưa chắc no đủ bằng được nhơn dân nuôi. Làm giao liên mà nó sống vui vẻ thoải mái, chỉ thua mấy anh lớn thôi. Nếu chưa đình chiến thì thế nào nó cũng được cầm cây súng *tâm-xông* đánh Pháp. Nó mơ cái ngày được mang cái cặp-táp cán bộ đứng trên sân khấu nói chuyện với đồng bào. Những cặp mắt của bao thiếu nữ trẻ sẽ đổ dồn về nó!

Dư âm buổi văn nghệ tiễn đưa những anh hùng trai trẻ đi cứu nước còn nhảy múa trong tim thằng Tư. Hầu hết mấy anh sắp đi tập kết đều được đảng tổ chức lễ kết hôn tập thể nhưng phải để vợ ở lại miền Nam chớ không được phép đi theo vì chỉ hai năm trong nháy mắt thì các anh sẽ trở về, mà trước khi "gạo thổi thành cơm" các chị tưởng theo chồng đi Bắc kỳ một chuyến cho biết cái thành công tốt đẹp của xã hội chủ nghĩa! Các chị lo mua sắm hành trang và gom góp vàng vòng bán lấy tiền dắm dúi cho các anh làm lộ phí, bịn rịn, khóc lóc hẹn tái ngộ vào cái ngày đất nước hòa bình thống nhứt.

Khoảng nửa tháng sau, anh Tám Cao canh không có bà Năm ở nhà, ghé nói nhỏ:

- Mầy làm gì thì làm, tối đêm rằm phải có mặt ở vườn cau nhà bác Chín Nhơn tao với thằng Bảy Truyện dắt mầy đi. Tới canh ba mà mầy không tới tụi tao đi rán chịu!

Thằng Tư nhứt quyết:

- Má tui coi bộ không bằng lòng nhưng tui đi thiệt mà!

Anh Tám nhìn thằng Tư cười bơm thêm, xài *tiếng Đức*:

- Đ.M. Bây giờ tụi mình có con cặc không, sợ cái gì? Cách mạng lỡ thua thì ở tù đế quốc cũng sướng, mà thành công thì cái gì mình cũng có: nhà cửa, ruộng nương, xe cộ, đàn bà con gái!

Thằng Tư yên tâm trốn mẹ đi chơn không, trên người chỉ có cái quần xà lỏn và cái áo bà ba, thêm cái khăn rằn quấn cổ, tới điểm hẹn, rồi cả ba cùng đi lên khu tập kết, kế đó đi biền biệt không hề liên lạc được với gia đình. Bà mẹ biết không thể cầm chơn thằng con được bèn mua ít đồ dùng đi tìm nó. Nhưng vì nó còn nhỏ, người ta cứ sợ bà đòi bắt con về mà chỗ nầy chỉ chỗ kia, chỗ kia *bán cái* chỗ nọ, tới khi tuyệt vọng bà gạt nước mắt lủi thủi trở về căn nhà hoang vắng.

Anh Tư đợi các anh lớn - trong đó có anh thủ trưởng, đi điều nghiên chở "chiến lợi phẩm" miền Nam về Bắc cho tới hơn một năm. Sau bộ chánh trị, trung ương đảng, các quan chức có công với cách mạng và có lẽ sau cùng, gia đình tên Nam bộ tập kết bốn người gồm hai vợ chồng và hai đứa con lên xe lửa quốc doanh xuôi Nam, mang theo bốn cái giỏ xách đựng gạo và thức ăn cho đủ mấy ngày đường.

Chị vợ tỏ ra là nàng dâu hiền nhắc:

- Ông mua hai hộp sữa biếu bà nội.

Anh Tư khoát tay:

- Trong đó thiếu gì!

Chị Hoa thật thà:

- Dưới ách cai trị dã man của thực dân đế quốc, nhân dân sống khổ cực lắm, cái ăn còn không đủ, làm thế nào có sữa bồi dưỡng?

- Sống ở đây mới thiếu ăn thiếu mặc và cần sữa bồi dưỡng!

- Anh lại giở cái giọng phản động!

Người Nam nhận họ, người Bắc nhận hàng, anh Tư hỏi:

- Bà có nghe chị Thám kể chuyện thăm bà con trong Nam không?

- Không! Chuyện ấy thế nào?

- Mang mấy hộp sữa bò với một chục chén kiểu Trung Quốc về Nam. Rõ vác củi về rừng!

- Rồi sao nữa?

- Tưởng thằng em ở nhà dột cột xiêu hóa ra lầu hai từng, có hàng rào và cửa sắt. Đi tới đi lui mãi không dám gõ cửa!

- Chắc thằng đó làm tay sai đế quốc!

- Không! Vợ chồng nó làm giáo viên.

- Tôi không tin! Mới đây mà ông đã bị Mỹ Ngụy tuyên truyền!

Anh Tư giải thích thêm:

- Nhà của ông già bà già nó để lại!

Rồi anh Tư Phương không cãi với vợ nữa:

- Nhưng mà bà có đi hay không?

Con Bình-Dân xen vào xúi mẹ:

- Đi đi mẹ, đi thăm bà nội!

Chị Hoa vò đầu con gái:

- Mầy mà biết bà nội?!

Nó liếng thoáng:

- Mẹ cũng có biết đâu!

Anh Tư cười chọc giận chị Hoa:

- Nếu bà không đi thì ở lại, tôi dắt mấy đứa nhỏ đi!

Bà vợ làm ở cửa hàng rau xanh suốt ngày quần quật rửa rau bó rau lạnh buốt nhứt là vào mùa đông, nguýt anh một cái:

- Hứ! Anh đi một mình đi cho tự do. Trong ấy nhiều con gái Nam kỳ trắng trẻo đẹp đẽ lắm. Bọn nó chờ anh từ hồi tập kết mà!

Tự biết mình cũng chẳng danh giá gì, không được đẹp trai cho lắm lại nhỏ con, anh Tư cười giả lả:

- Nếu bà không lấy tôi thì chắc tôi ở vá tới già!

Anh Phương nói có hơi khiêm nhường một chút. Mặc dầu dáng dấp đúng như anh nói nhưng bù lại mụ bà cho anh cái miệng đẹp, ăn nói tửng tửng mà có duyên. Nhỏ con mà đối với bọn Bắc kỳ từ bé chí lớn anh không sợ thằng nào cả, phải chuyện nhịn thì nhịn, không phải thì tới đâu thì tới. Lúc đầu thấy anh tong teo nhiều thằng hiếp đáp nhưng nhờ có võ gia truyền Tân Khánh mà bảo vệ được quyền lợi và gia đình.

Còn chị thì quá chán cái khu tập thể rộng chỉ có mấy thước vuông ngăn bằng thùng cạc-tông, bên nầy làm cái gì hàng xóm nghe rõ mồn một. Nửa đêm "cục kịch" sợ con thức dậy. Mai mốt nó lớn thêm chút nữa không biết phải làm sao! Bằng ấy cùng chõng bàn gỗ tạp cũng sang được ít tiền lận lưng mang theo về quê chồng lập nghiệp. Cầm bằng đánh liều may ra khấm khá chớ ở đây hoài làm sao ngóc đầu lên được với đám nầy!

Anh Tư lại phang một câu:

- Nếu trong đó nghèo đói quá sống không nổi thì trở về sống với bác và đảng của bà!

Bà vợ giảnh hàm *răng hô mã tấu*, gằng gằng cái đầu:

- Về ở đâu?

- Bộ chánh trị. Xin ở nhà xe của mấy đồng chí của bà! Bọn chúng có biết bao nhiêu lâu đài, còn nhà nghỉ mát ở miền núi và bãi biển nữa!

Trên đời chắc chỉ có mỗi một Tư Phương sống trong lòng xã hội chủ nghĩa mà dám phát ngôn bừa bãi, không sợ bà vợ báo cáo lên trên. Ngoài ra, cũng còn hai đứa con dầu nhỏ nhưng chúng cũng biết chút ít sẽ thật thà khai báo nếu chú công an nhơn dân hỏi thăm, "Đ.M. Công an đánh theo công an!" Cái gương cải cách ruộng đất còn sờ sờ ra đó. Thuở ấy, quan hệ vợ chồng, con cái, thân thuộc lơi lỏng và cay đắng hơn bao giờ hết.

Bà vợ hình như hết ý nên không nói nữa. Ông tiếp:

- Hồi trước khi tập kết, nhà tôi nghèo rớt mồng tơi nhưng chưa đói bữa nào, và cái bọn chánh quyền cũng không hoạnh họe gia đình tôi dầu biết ông già tôi hy sinh cho cách mạng! Về trỏng rồi bà sẽ sáng con mắt ra!

Về Nam, việc đầu tiên của anh Tư là đi tìm người phụ nữ thân yêu nhứt trong đời, mà lúc tinh thần cách mạng dồn dập như triều dâng thác đổ anh vô tình bỏ lại trong cô đơn. Chồng đã hy sinh, còn con thì trốn đi tập kết, bà mẹ trẻ sống một mình không còn lý do gì quyến luyến vùng đồng ruộng nầy nữa, bèn dời về quận lỵ Công Thanh, nơi bà nhận một đứa bé mồ côi cha mẹ làm con nuôi mà sau nầy nó quán xuyến gia đình thay bà.

Bắt đầu từ những năm sau ngày tập kết, miền Nam sống trong thanh bình. Thoát khỏi cái cảnh chơn lấm tay bùn, bà mẹ đi buôn chuyến để cuối cùng tậu được cơ ngơi sự nghiệp nầy. Qua cái ngõ giữa hai hàng cây bùm xụm thấp điểm đầy trái chín mọng, anh Tư bước vào cái sân đất đỏ, thì xuất hiện dưới tàn cây vú sữa một thanh niên đi chơn không tướng tá rắn chắc cục mịch đang nhìn người khách lạ.

Anh Tư ngạc nhiên:

- Mầy là ai vậy?

- Tôi là con của bà Năm.

- Tao cũng con bà Năm mà tao đi tập kết hồi năm bốn.

Thằng Gấm đã nghe bà Năm nhắc tên trước khi qua đời:

- Anh Tư Phương hả? Tôi là con nuôi.

- Má đâu?

- Má chết rồi!

Anh Tư chưng hửng:

- Chết hồi nào, chôn ở đâu?

Thằng Gấm như không nghe thấy, đưa anh Tư ra khu vườn sau nhà, rau quả có đủ: Ổi, xoài, rau lang, mướp, rau dền, mòng tơi... không một tấc đất trống. Tận góc đông nam của vuông đất là hai ngôi mộ đá ong tuy nhỏ nhưng sạch sẽ, bên ngoài có hàng rào kẽm gai phòng thú vô gây ô uế. Vừa đi nó vừa quấn thuốc rê:

- Anh Tư có hút thuốc hôn?

Không đợi anh Tư trả lời, nó le lưỡi liếm điếu thuốc rồi bật hộp quẹt đốt:

- Lấy cốt ba vừa xong, khoảng mươi bữa sau má mất luôn!

- Bịnh gì?

- Trúng gió.

- Cao máu?

- Không phải. Trúng gió! Ở đây nhiều người chết vì trúng gió lắm!

Anh Tư đi theo sau, không cãi với nó nữa. Nó đưa tay chỉ ba phía vuông đất:

- Rộng mênh mông! Lúc má mua cái nhà, chưa có miếng vườn nầy.

Anh Tư chẳng biết ất giáp gì nhưng không thắc mắc.

Một lát, thằng Gấm nói:

- Thôi anh chị dắt sắp nhỏ về đây ở đi!

Anh Tư nhìn nó, giả vờ hỏi:

- Còn mầy sao?

Thằng Gấm nắm nhánh ổi kéo oằn xuống hái đưa anh Tư mấy trái. Và kéo một hơi dài, nó kẹp điếu thuốc vào hai ngón tay:

- Em cu-ki mà, lo gì! Đi làm cả ngày tối về ngủ bộ ván ngựa nhà trên được rồi.

Anh Tư ngồi xuống lên mộ bà Năm, giọng buồn buồn:

- Tao bỏ má đi hơn hai chục năm, có nuôi ngày nào đâu!

Thằng Gấm quay sang nhìn, vẫn làm thinh. Anh Tư nhớ lúc tinh thần cách mạng tràn dâng:

- Tại con nít mới lớn nên hăng tiết vịt quá!

Hồi đó thằng Tư chỉ biết có một kẻ thù duy nhứt là đế quốc Pháp, và một cứu cánh duy nhứt là cách mạng. Đi làm cách mạng để đánh đuổi giặc Pháp ra khỏi bờ cỏi. Gia đình là chuyện nhỏ!

Chợt anh Tư đứng dậy nắm vai thằng Gấm:

- Con nào cũng là con. Mà mầy có công lo cho má từ ngày tao đi tới khi má nhắm mắt. Mầy ở đây lo thờ cúng cha mẹ ông bà, hổng lẽ tao đi theo Việt cộng rồi về đây giành với mầy?!

Hàng ngày thằng Gấm nghe thấy nhan nhản chuyện tranh gia tài của những người tập kết trở về, mà một trăm phần trăm kẻ bại trận phải thua. Người cải tạo biết thân phận mình nên rút lui cho yên chuyện, không dám hơn thua với người chiến thắng, tìm cách lên rừng sanh sống hoặc tìm đường vượt biên, "nhứt chín nhì bù!"

Nó nhớ câu ví của nhà sư trụ trì chùa Thiền Lâm:

- "Của cải như phù vân" há anh Tư!

Nó lấy làm lạ anh Tư nó không trả lời. Có lẽ anh Tư nó là người cách mạng đầu tiên không có bản chất đạo đức cách mạng triệt để! Chẳng phải anh Tư ngoan đạo sợ quả báo hoặc một cái gì tương tự, vì ảnh có đi chùa hay nhà thờ bao giờ đâu! Hồi ra đi ảnh chỉ có cái quần xà lỏn và cái khăn rằn, mà ngày về có vợ con và một ít vàng làm vốn, cần gì tranh giành với thằng em nuôi.

Thằng Gấm kể ngoài căn nhà ngói trên khu vườn cây ăn trái nầy, bà Năm còn một căn phố nhỏ trên quận đang cho mướn. Thời chiến tranh căng thẳng, nhứt là mấy lúc đàng trong phao tin sắp đánh quận, bà Năm dắt thằng Gấm di tản lên ở một thời gian. Mới đây, gia đình bà Năm bị qui là tư sản mại bản và căn phố nầy bị tịch thâu.

Nhìn anh Tư, thằng Gấm không biết có nên hỏi hay không:

- Anh Tư!

Nó ngần ngừ. Anh Tư hơi bực:

- Cái gì?

Nó vẫn chưa dám hỏi, anh Tư lo lắng:

- Bộ mầy có rắc rối gì sao?

Cuối cùng nghĩ anh Tư là anh - dầu là anh nuôi, nó mới dám hỏi:

- Bộ đi làm cách mạng là có quyền lấy nhà lấy phố của người ta hả anh Tư?

Và nó thật không ngờ, anh Tư trả lời:

- Ừa! Làm cách mạng là làm ăn cướp đó!

Thằng Gấm hết dám có ý kiến. Anh Tư nhìn thẳng vào khuôn mặt đầy mụn của thằng em nuôi hiền lành chất phác, cười lớn bằng giọng Nam kỳ:

- Cướp đêm là giặc cướp ngày là quan!

Nghiến răng, nổi giận như chính gia đình anh bị cách mạng tàn sát, anh Tư gằn giọng:

- Đ.M. Quan đây là quan cách mạng, là Việt cộng đó, mầy biết chưa?

Thấy anh Tư bạo phổi quá, thằng Gấm sợ làm thinh. Một lát, anh Tư cười:

- Mấy thằng khốn nạn đó cấp nhà cho tao rồi! Mầy yên tâm ở đây đi. Nếu có thằng nào làm khó làm dễ, mầy cho tao hay!

Ông làm nhơn viên phòng thương binh thành phố Biên Hòa mà được cấp cả một căn phố - khu gia binh chế độ cũ có tên trại Hoa Lư - bề ngang bốn thước và chiều dài mười thước, lại thêm phần đất trống phía sau để chăn nuôi và trồng trọt cải thiện nữa. Bà nhìn căn nhà đủ tiện nghi - bàn ghế, xa-lông, truyền hình, máy hát, tủ lạnh, cầu tiêu, nhà tắm... mà không ngờ có ngày gia đình được như thế nầy!

Nếu còn ở ngoài Bắc thì một trăm năm nữa cũng chưa có một mảnh đất cắm dùi huống hồ nhà cửa! Bọn cải tạo nói "chỉ thiếu cái ăn và không được gần vợ con" chớ nước suối, nước sông, nước giếng tắm thả cửa, mà ở đấy phải giành giựt từng xô, quý như vàng! Gây gổ chửi bới nhau hàng ngày, có khi lại dùng "bạo lực cách mạng" để bọn con nít ranh xử! Sáu gia đình dùng chung một cái cầu, "Đi ỉa cũng phải chờ tới phiên!"

Về Hà Nội, buổi sáng bước ra vỉa hè, không khí bình minh mát rượi của thủ đô ngàn năm văn vật hòa quyện với nước đái lẫn cứt tươi từ trong những căn hộ của từng lớp tiên phuông cách mạng chảy ròng ròng trên đường thu hút đàn chó hoang và chó nhà nghèo! Bước đi không biết đàng nào mà tránh, đôi dép cao su bắn nước văng lên dính lưng và mông đít. Một lát nữa đây khi mặt trời hé chút ánh nắng là tới giờ sanh hoạt của những đàn ruồi nhộng đầy màu sắc sặc sỡ, tô điểm thêm vẻ đẹp kiêu hùng của thành phố!

Cho nên chị phải cám ơn nhà nước xã hội chủ nghĩa:

- Nhờ Bác và Đảng!

Anh Tư nhìn cái mặt chị Hoa chỉ thấy hai hàm răng nổi bật, không nhớ tại sao mình lại kết hôn:

- Nhờ cái đảng cướp của bà!

Quán triệt đường lối chánh sách, chị Hoa lý luận:

- Cách mạng không thành công thì làm sao mình có được cái nhà như thế nầy!

Anh Tư bực mình:

- Ừ! Trong Nam bị Mỹ Ngụy bóc lột nghèo đói nên đảng của bà mới đi giải phóng lấy tài sản nhơn dân rồi đuổi người ta ra ngoài đường, lên vùng kinh tế mới trên rừng, để cho bọn nó ở thành phố, ở nhà lầu, đi xe hơi, ăn trên ngồi trước! Biết chuyện bà Thám vào Nam thăm em mà bà vẫn *chậm tiêu!* Ngay cái ngày đầu tiên vào Nam, bọn Bắc kỳ đã sáng con mắt ra rồi mà bà còn u mê quá!

Bởi ít học và u mê nên bà tiếp tục đi làm cửa hàng Rau Quả Biên Hòa được hưởng đầy đủ quyền lợi của công nhân viên nhà nước biên chế. Ở đây xài nhiều đèn nê-ông ống dài chớ không dùng bóng tròn leo lét. Rửa rau thì dùng nước máy không xài nước giếng lạnh buốt thấu xương. May mà gặp cái thằng cửa hàng trưởng dân nằm vùng dễ chịu, chỉ sau nầy nó bị thay bằng đảng viên từ Bắc vào mới hắc ám. Đa số nhơn viên là người Nam tình cảm chớ không xắc mắc tranh ăn như ngoài ấy.

Ực một hơi nước lạnh, anh Tư Phương vỗ bụng:

- Ừa! Dân Nam kỳ vậy đó, cái bụng thẳng như ruột ngựa nghĩ sao nói vậy.

Chị Hoa quen cái tật đốp chát, không dừng được:

- Bởi vậy hai đứa con bắt chước ông, không biết trên dưới là gì!

Anh Tư bào chữa:

- Nó chỉ thẳng thắn chớ đâu có hỗn với mình!

Khắc khẩu như thế mà hai vợ chồng ăn ở tới nay vẫn chưa có tín hiệu xui xẻo nào. Bà vẫn còn đi làm và lên gần tới cửa hàng trưởng thì nó giải thể cửa hàng vì thâm thủng, đầu ra thì có mà đầu vào thì không. Không ai được đền bồi một đồng, mạnh ai nấy kiếm đường sống. Bà nhảy ra mở một cái sạp bán đồ hàng bông - nghề của bà. Thời buổi kinh tế thị trường, bà thích làm chủ cái gian hàng của chính mình hơn là làm chủ tập thể cái đất nước anh hùng một năm mua hai bộ đồ và vợ chồng con cái gom chung một căn hộ chưa đầy mười thước vuông mà ngăn với hộ bên kia bằng tấm vách cạc-tông.

Người ta nói máu của bà mạnh nên thằng Nhân giống mẹ như in dù không đẹp nhưng tướng tá lớn con - vai u thịt bắp - mặt mụn - mồ hôi dầu. Và xã hội chủ nghĩa chỉ cần thế. Thanh niên có sức khỏe để nếu không cầm cuốc thì cầm súng - mà chưa chắc nó được trúng tuyển nghĩa vụ quân sự vì cái quốc tịch Nam bộ của gia đình. Còn cái Dân, may mà nó được đúc từ khuôn cha nên nhỏ con nhưng nhan sắc trên trung bình, lại thông minh và lanh lợi. Nhờ vậy mà sau nầy chẳng những nó đỡ tấm thân mà còn giúp nhiều cho cha mẹ già.

Lúc nó lên trung học, việc chọn sanh ngữ cũng là vấn đề chánh sách nhà nước xã hội chủ nghĩa. Nhà trường có quyền quyết định phân lớp tiếng nước ngoài theo thành phần ưu tiên. Qua trận đói năm bảy tám bảy chín, dù gia đình anh Tư không bị, nhưng hùng khí cách mạng vẫn còn, chị Hoa muốn cho cái Dân học tiếng Nga để trong tương lai đi du học về làm cán bộ cho nở mặt nở mày với người ta, nhưng anh Tư đã dàn xếp cho nó học tiếng Anh rồi.

Đến khi bà muốn đi Mỹ, anh Tư đắt thắng:

- Phải hồi đó nghe lời bà thì bây giờ *thúi hẻo* rồi!

Được dịp là anh mỉa mai:

- Qua bển cho đế quốc Mỹ bóc lột à?

- Còn đỡ hơn đế quốc Liên-Xô với bá quyền Trung Quốc!

- Bà hết chống Mỹ cứu nước rồi sao?

Chắc lúc nầy bà đã sáng mắt:

- Thôi bỏ chuyện đó đi! Nói chuyện đàng hoàng!

- Chuyện gì?

Bà kể gia đình bà Hồng có đứa cháu lai *mười hai lỗ đít* lúc trước khó sống với đám con nít Bắc kỳ. Đi học bị bạn bè chọc ghẹo hoặc cô lập không chơi với ai được. Bà không mua gian bán lậu, cũng không phạm tội hình sự mà nhiều lần không có lý do gì cán bộ lại sỉ vả nào là tàn dư Mỹ Ngụy, nào là bơ thừa sữa cặn, ôm chân đế quốc, ma cô đĩ điếm.... Bây giờ bà sống phè phởn chẳng cần làm gì cả, lại đâm ra chảnh choẹ khiến những người lúc trước thương hại bà cũng ghét.

Các con của bà mỗi đứa có một chiếc xe gắn máy chạy rậm rật suốt ngày, chẳng lo học hành gì lại sanh tật ăn chơi đàng điếm. Nhờ có kho bạc bên Mỹ mà viện kiểm sát, tòa án, và công an đều là bạn dân! Những vấn đề rắc rối đều được giải quyết bằng đô-la tiền tươi vì "Tiền là Tiên là Phật, là sức bật của tuổi trẻ, là sức khỏe của tuổi già, là cái đà danh vọng, là cái lọng che thân, là cán cân công lý!"

- Bà muốn đi con lai?

- Mua một đứa làm giấy tờ đi. Thằng bộ đội - Bắc kỳ 75 làm sao có con lai được - trong cư xá sân bay ở ngã ba Vườn Mít đi rồi đó. Người ta nói rán chịu cực ở Phi chừng nửa năm là đi Mỹ liền!

Bà lại ngập ngừng tiếp:

- Nhưng mà nghe nói bọn nó cũng quậy lắm!

Anh Tư hỏi dồn:

- Quậy làm sao?

- Qua Phi nó khai có mẹ nhưng không có tiền chạy chọt, mình mua nó về làm hồ sơ giả, Mỹ không cho gia đình mình đi!

- Bà khỏi lo chuyện nầy. Không đứa nào dám lật lọng với tui!

- Chứ lo chuyện gì?

- Làm sao có tiền để *chung đủ* cho mẹ nó trước

khi đi.

Anh Tư Phương rành như làm dịch vụ xuất cảnh:

- Phải có ít nhứt hai *cây*: Một cho đứa con lai - có thể thương lượng trả ít hơn, đến khi lấy hộ chiếu hoặc trước ngày đi phải trả hết cho người ta; còn một *chạy* hộ khẩu, "Đồng chí không bằng đồng tiền" mà! Bà lo được hôn?

- Bọn nó nghèo ít học mình "hẹn" được!

Anh Tư nổi nóng:

- Tính lừa đảo người ta phải hôn?

- Không phải lừa nhưng túng phải làm càn. Qua bên ấy mình gởi về trả. Chỉ khác là trả trước trả sau mà thôi!

- Đâu ra đó! Sống ở đời phải giữ chữ tín! Thà người ta ghét mình chớ không để người ta khinh! Bà quen cái thói xã hội chủ nghĩa của bà!

Bà Hoa thở dài:

- Hai *cây*, bố ai kiếm được! Hai chỉ thì may ra!

Bà vợ thất vọng, ông Tư đã tính nát óc rồi nhưng vô phương! Gom hết đồ đạc và tư trang kể cả căn nhà đã *hóa giá* rồi cũng chưa đủ. Chuyện con lai chìm xuồng. Đến khi con Dân tốt nghiệp trung học phổ thông cũng là lúc đất nước đã hội nhập vào thị trường thế giới được mấy năm. Doanh nghiệp tư nhơn nở rộ, mạnh ai nấy làm. Việt kiều là ma cô đĩ điếm hồi trước vượt biên tị nạn về thăm quê hương ngày càng nhiều, mà người xuất cảnh cũng lắm tạo thành một làn sóng, một chiến dịch, hay phong trào xuất cảnh. Không cần biết diện gì và tương lai ra sao, miễn đi khỏi nước là mãn nguyện rồi!

Bà tiếc:

- Dân miền Nam còn đi được huống hồ gì mình!

- Nhưng với điều kiện phải có tiền!

Vàng và đô-la chảy cuồn cuộn vào túi cán bộ qua rất nhiều diện: Tham quan thương mại, tham quan du lịch, trao đổi nghiên cứu sinh....

Dù học văn hóa bổ túc, ông Tư nghiên cứu kỹ chánh sách xuất cảnh:

- Chỉ còn đường cho nó đi du học tự túc.

- Tiền đâu mà đài thọ?

- Bên Mỹ khỏi lo. Nó vừa làm vừa học.

- Thế lo cái gì?

- Tiền ký quỹ bên nầy.

- Ông chỉ ảo tưởng! Nghe nói tới hai mươi nghìn đô-la!

- Không tưởng đối với mình, chớ chuyện nhỏ của mấy thằng khốn nạn đó! Rút ruột công trình, lấy đất bán cho nước ngoài, lấy máy bay đi Hồng Kông cờ bạc. Máy bay riêng của ông nội chúng để lại hả? Tiền của ai? Tiền của bà, của tôi, và của nhơn dân đó!

Ông Tư Phương giơ nắm đấm nghiến răng quyết định:

- Tôi sẽ bảo nó miễn điều kiện nầy hoặc chứng nhận cho tôi có hai chục ngàn đô trong nhà băng!

Xong, ông Tư quay sang bà vợ:

- Cho con Dân đi học neo đi là vừa!

■ nhuận sắc 5/11/2023

# người yêu phi công

** Thân tặng quý nàng lái phi công*

Vào lúc Đệ nhị Thế chiến sắp tàn, tôi sanh ra trong một gia đình công chức không giàu không nghèo. Lương ba cọc ba đồng tương đối cũng dễ chịu, nếu nói theo ngôn từ xã hội học thì là gia đình trí thức tiểu tư sản. Cha mẹ chúng tôi đặt tên các con theo một cách thống nhứt để cho người ngoài nhìn vào ắt biết ngay là gái hoặc trai và cùng chung huyết thống: con trai lót chữ Thanh, con gái chữ Minh; theo một phụ bản gồm những chữ do các ông tổ từ bao nhiêu đời truyền lại kèm trong cuốn gia phả thì đời trước đời sau không được đặt giống nhau.

Chuyện đặt tên tôi đoán có lẽ cha tôi bắt chước bài thơ Đế hệ của vua Minh Mạng, nhưng cha tôi đâu có thích ông vua nầy mà thần tượng của ông chính là vua Quang Trung và Ngô Quyền. Ông chưa có tài liệu để chứng minh rằng chính chúng tôi là hậu duệ của triều đại lừng danh nầy, cho nên trong suốt cuộc đời hầu như lúc nào ông cũng quan tâm tới nguồn gốc gia tộc. Nhưng riêng bọn chúng tôi, mối quan tâm hàng đầu là khu vườn cây ăn trái và dòng sông Đôi Ma, một nhánh của con sông Vàm Cỏ Đông, đầy dừa nước và bần chua.

Bên kia sông là các xã Long Sơn, Tân Trạch... toàn rừng lá chạy dài đến đám lá Tối Trời mà lúc kháng chiến chống Pháp là căn cứ địa của lực lượng cách mạng. Bước qua bên nầy sông, lác đác chừng mươi căn nhà lá cất tạm lẫn lộn trong số những gian nhà cổ kính ngói ngả màu rêu xanh bao quanh bởi một vùng rộng mênh mông như bình nguyên. Cây dừa già cao ngút trời phía sau nhà là điểm đến của chúng tôi mỗi cuối tuần.

Từ Chợ Lớn theo con tỉnh lộ 18 về đến ngã tư Xoài Đôi đi về hướng tây, đến cống Long Hòa rẽ trái đi hết con đường đất tới bờ sông không còn đi được nữa thì ngôi nhà ngói ba gian có sân phơi lúa lót bằng gạch xi-măng hiện ra bên trong hàng rào bông bụp với cái cổng leo đầy hoa giấy trắng đỏ nở quanh năm. Sau thời gian học ở trường, khu vườn cây ăn trái tươi tốt bốn mùa vừa là chỗ chơi vừa là chỗ học của mấy anh chị em chúng tôi.

Trong khung cảnh thơ mộng đó, tôi tập tành làm thơ con cóc. Không phải tầm thường như *"Con cóc trong hang, Con cóc nhảy ra, Con cóc ngồi đó, Con cóc nhảy đi."* mà là thơ con cóc tình yêu! Chưa có thằng con trai vô phước nào lọt vào cặp mắt xanh một mí của tôi nhưng tôi vẫn cứ tưởng tượng:

*"Hoàng tử, ta muốn nói cho thật nhiều*

*Trong phút giây mình ngồi gần nhau*

*Hãy nhìn ta bằng đôi môi sầu đắm*

*Ta yêu người bằng cả trái tim ta."*

Mấy con bạn giành nhau đọc và tôn vinh tôi làm

thi hào thi bá thế gian có một không hai. Có đứa còn chép để dành bài thơ tình sẽ đi vào văn học sử, so sánh với thơ tình thời tiền chiến. Giới nữ lưu đất Cần hãnh diện có một nữ sĩ sẽ sáng chói trên văn đàn Việt Nam, và có khi còn được đề cử lãnh giải Nobel văn chương năm mươi năm sau!

Cầm tờ giấy học trò nhàu nhòe, có chỗ nét chữ muốn phai, anh Phong khi dễ:

- Mầy làm thơ kiểu gì mà niêm, luật, và cả vần cũng đều trớt quớt!

Biết nhưng tôi vẫn chống chế:

- Thơ mới thơ tự do đâu cần vần luật. Đọc lên cốt nghe hay là được.

- Nhưng thơ mầy đọc nghe đâu có hay!

Tôi cụt hứng, xốn xang trong lòng nghe một lời trắng trợn phủ nhận thiên tài của mình. Anh lại không tế nhị thốt một câu xâm phạm đời tư của tôi:

- Tao không cổ võ chồng chúa vợ tôi nhưng thời nầy đàn ông cho phụ nữ *gần bằng* là an ủi lắm rồi. Mầy lại cái mửng làm bà nội người ta thì thằng nào cảm nổi?!

Tôi làm thinh. Rồi anh Phong kết luận một câu:

- Chắc mầy sẽ ế chồng quá!

Ế hay không thì chưa biết vì tôi chưa trưởng thành, và nhứt là chưa quá lứa! Mấy bà già hàng xóm cũng đồng quan điểm với mẹ và anh Phong cho rằng tôi *bà chằng* quá con trai nó ớn:

- Mầy dữ dằn quá thằng nào dám ưng mầy!

Nhưng tôi vẫn tự tin rằng sẽ chài được một anh chàng hoàng tử trong mơ:

- Không thằng nào chịu lấy thì con ở vậy nuôi ba má suốt đời!

Chị Hai Minh Nguyệt có ngổ ngáo đâu, lại là giáo sư xuất thân từ trường Đại học Sư Phạm Sài Gòn, mà vẫn ở vậy tới bây giờ?! Cha mẹ tôi đâm lo, cứ sợ chị lỡ thời. Phải chi nhan sắc chị dưới trung bình cũng cam! Đôi khi tôi nghe thì thầm *"Chắc dạo* nầy *con Nguyệt có bồ hay sao?!"*, cha mẹ tôi lại mừng và hy vọng chị sẽ tìm được người bạn trăm năm ưng ý, nhưng tôi mơ hồ không cảm thấy quan trọng đối với tôi. Chị Nguyệt sau khi ra trường đi nhận nhiệm sở tại tỉnh lỵ Mỹ Tho lâu lâu mới về nhà một lần. Chỉ anh Phong, hai đứa em, và tôi là gắn bó với vùng đất nầy lâu dài nhứt.

Tới năm 1963 thì cuộc sống chúng tôi bắt đầu chuyển hướng. Đó là năm anh Phong lên Sài Gòn học, lại học trường Chu Văn An nữa chớ, vì trường quận lúc nầy chỉ tới lớp Đệ nhị, tức lớp 11 sau năm 1972 và sau nầy thường gọi; tất cả học sanh đậu Tú Tài I phải chuyển trường, hoặc xuôi Nam về Mỹ Tho và Long An, hoặc ngược Bắc lên Sài Gòn học trường trung học Chu Văn An và Trương Vĩnh Ký, mà lũ học trò quê lên tỉnh chúng tôi hồi đó có đứa thích gọi là trường Pétrus Ký mặc dù trường đã đổi tên Việt rồi, cho nó oai, và chắc để tỏ là ta đây có vẻ Tây! Ngoài ra, tôi không nhớ rõ là còn trường nào khác nữa không.

Cũng chính trong năm nầy, tôi bắt đầu nghe thấy mùi thuốc lá phảng phất đâu đây, nhưng anh Phong cứ chối mãi:

- Chắc mầy nghe mùi thuốc của ba.

Cha tôi chuyên trị thuốc Gò Vấp, loại thuốc cuốn từng cây vuông dài chừng khoảng hai gang tay con nít, lấy tận Chợ Lớn. Chỉ khi nào kẹt lắm mới mua thuốc rê ngoài quán Tư Trì ở đầu đường lộ đất. Thanh niên lão luyện thì hút thuốc rê, không cứ Gò Vấp hay Xuân Lộc. Chỉ đám mới vô nghề mới hút thuốc tây như Bastos, Melia, Ruby.... Khói thuốc tây thơm và quyến rũ, còn khói thuốc rê thì nặng và khét, nhưng mùi nào thì cũng không khác cái mùi áo bành tô của ba. Cho đến khi nhơn giặt đồ cho ảnh, tôi bắt gặp quả tang những mẩu thuốc lá vụn trong túi áo thì ảnh mới cười trừ!

Hai năm sau tới phiên tôi lên trường Gia Long thì lại là một vấn đề lớn đã gây nhiều cuộc tranh cãi sôi nổi trong gia đình. Trừ hai đứa em thuộc hàng hậu sanh tiểu tử không biết gì cho nên không được, mà chúng cũng không màng, góp ý kiến. Mẹ tôi muốn tôi học trường Nguyễn Đình Chiểu ở Mỹ Tho để được gần bà ngoại lúc nầy quá tuổi cổ lai hy và ở trọ chung với chị Nguyệt sẽ tiết kiệm một số tiền lớn. Bà nói thêm là bà đã ở thành phố nửa đời người và có nhiều kinh nghiệm về lối sống ở đó, người ta tranh danh đoạt lợi, xảo trá gian ác chớ không hiền lành chất phác như dân quê dưới nầy:

- ... Đó là chưa kể tới đầy cạm bẫy không biết đâu mà lường trước được!

Tôi tự tin an ủi mẹ:

- Má! Con đã lớn, con tự lo liệu được mà!

Nhưng mẹ tôi ray rứt:

- Con lớn bằng con Thu con bác Tám chưa?

Mỗi khi mẹ tôi nhắc con bạn tôi để làm gương thì tôi không còn lời nào để biện bạch nữa. Con Thu lớn hơn tôi một tuổi và học trước tôi một năm, và dĩ nhiên lên Sài Gòn trước tôi. Mẹ tôi nói chốn thành đô nhiều cạm bẫy, không biết nó sụp bẫy nào mà bị có bầu nên phải nghỉ học nửa chừng!

- Con là con gái. Lỡ có bề gì thì ba má sẽ ân hận suốt đời!

Mẹ sợ tôi có chửa hoang. Tôi biết nguyên do nhưng tôi chưa có bồ làm sao có bầu. Chuyện nầy không ai dạy mà giới nữ lưu chúng tôi đã tự tìm sách nghiên cứu từ lớp bảy lớp tám rồi!

Trước khi tôi chuẩn bị thi Tú Tài I, cha tôi chuẩn bị một bài diễn văn mô tả tình hình và phân tích lợi hại ở một thành phố nhỏ như Tân An, Mỹ Tho, hoặc Bến Lức, và thủ đô Sài Gòn, trong đó ông nêu lên những điểm nổi bật là Sài Gòn có Thư viện Quốc Gia, Trung tâm Văn Hoá Việt Nam cũng như ngoại quốc, Viện Bảo Tàng, công viên lớn như Thảo Cầm Viên mà các thành phố nhỏ không có hoặc có cũng không bằng. Cho nên lúc nầy thì cha tôi đứng trung dung cho tôi toàn quyền quyết định một sự lựa chọn quan hệ đến cuộc đời chỉ sau vấn đề hôn nhơn mà thôi.

Tuy nhiên, nếu tôi định xuôi Nam thì ông sẽ có ý kiến. Anh Phong thì dĩ nhiên đứng về phía tôi. Khi tôi lên học Gia Long thì anh Phong đã một vài năm trên đại học rồi. Tôi học Sài Gòn hay Mỹ Tho đều không ảnh hưởng tới ngân quỹ gia đình vì đàng nào thì tôi cũng ở với anh Phong hoặc chị Nguyệt, chỉ một mình mẹ tôi buồn vì thua cuộc, một chống ba trong số bốn người! Sở dĩ anh Phong ủng hộ tôi là vì tôi sẽ lo cơm nước và dọn dẹp nhà cửa.

Tôi không ngạc nhiên cho tới ngần ấy tuổi ảnh cũng chưa có một cô bạn gái nào. Anh mang hai chứng bệnh kỳ lạ ở hai bàn tay là cầm chổi không được, tay anh chỉ để cầm cung kiếm trong chiến tranh hay cầm bút trong thời bình như anh đã nói với tôi, cho nên nhà đầy rác rưới; và chịu không được nước xà-phòng thành thử hậu quả là chén dĩa dơ chất đầy đống trong bồn. Tôi là cái phao cấp cứu cho anh ấy khi ảnh nhảy dù lúc phi cơ rớt xuống biển! Thứ nữa là vì tôi là đứa em ngoan hiền đẹp gái khôn lanh - không biết tôi nói như vậy có tự khen mình quá đáng hay không - mà ảnh thường khoe với bạn bè.

Một buổi chiều chưa tối mấy, người ta còn nghe tiếng trẻ con nô đùa và tiếng rao cà rem ngoài đường phố, tôi đang lui cui dưới bếp sửa soạn bữa cơm đạm bạc của học sanh nghèo, canh su hào cà rốt nêm muối -không có tôm khô- và thịt ram thật mặn, anh về sớm nằm dựa trên ghế xa-lông xem đi xem lại một xấp gì vừa thích thú vừa ra chiều suy nghĩ. Tôi lấy làm lạ, nổ phủ đầu:

- Có phải bị leo cây rồi hôn?

Anh gạt ngang:

- Không phải đâu, mầy!

Anh ngoắc tôi lại và cho tôi xem nhiều hình ảnh phi cơ cắt từ trong báo ngoại quốc không biết anh sưu tầm ở đâu từ lúc nào. Anh yên lặng nhìn vào khoảng mênh mông thỉnh thoảng quay lại nhìn tôi trong dáng dấp của một người lớn đang quan sát đứa em nhỏ.

Sau khi tôi xem, anh hỏi tôi có thích không. Tôi trả lời nước đôi:

- Có thích cũng bằng thừa. Con gái đâu lái phi cơ được.

Anh cười:

- Không lái phi cơ được thì lái phi công. Lái phi công dễ hơn lái phi cơ!

Sau nầy khi tôi thật sự lái phi công một thời gian dài mới biết rằng lái phi công cũng không phải dễ như anh Phong nói đâu! Còn lái phi cơ ra sao tôi chưa học nên không biết, nhưng tôi nghĩ chắc không khó lắm vì phi cơ là một cái máy thuộc vấn đề kỹ thuật, học ắt biết, giỏi dở tuỳ theo mỗi người và chỉ có tính cách tương đối mà thôi.

Một lát sau, chợt anh hào hứng nói:

- Có thông cáo tuyển mộ Không Quân.

Biết anh đang mặn mà với lính áo liền quần, tôi do dự:

- Anh hỏi ý kiến ba má chưa?

Anh nói ngay không cần suy nghĩ:

- Có hỏi thì má cũng không bằng lòng, chi bằng không hỏi thì hơn. Má thì luôn luôn muốn tao làm thầy giáo, nhưng tao chỉ thích bay bổng.

Tôi hỏi:

- Còn ba?

- Tao nói chuyện với ba rồi. Dĩ nhiên là ba bằng lòng vì ba lúc nào cũng tôn trọng ý kiến của con cái.

Anh lo lắng tiếp:

- Hơn nữa tao cũng không còn lựa chọn nào khác. Tới tuổi động viên rồi, tháng Chín nầy là hạn chót phải nhập ngũ. Thầy giáo còn phải đi huống gì sanh viên! Chi bằng tình nguyện. Thời buổi ít mật nhiều ruồi mà!

Tôi không giấu được nỗi nghi ngờ:

- Anh nghĩ là anh đi phi công được?

- Mầy cho là không?

Tôi giả vờ không quan tâm tới câu hỏi, nhìn mông lung ra ngoài vườn thấp thoáng lá vàng lung linh trong ánh điện mờ mờ, cười:

- Em nghe nói phi công phải lớn con và đẹp trai lắm mà!

Anh cũng cười hề hề không cảm thấy một chút xúc phạm:

- Ý mầy cho là tao xấu xí và nhỏ con không làm

phi công được?

Bấy giờ thì tôi sợ mích lòng thật, vội phân bua:

- Không phải ý em nói như vậy, nhưng mà sao thấy không ổn!

Thực ra thì tôi nói đại chớ từ nhỏ cho tới bây giờ tôi cũng chưa hề thấy một chàng phi công nào, cho nên chưa có một ấn tượng rõ rệt về một anh lính *"không quần"* hào hoa phong nhã, như một câu nói truyền miệng trong đám học sanh và sinh viên! Chắc do phe *Pro* tuyên truyền? Cũng có khi của mấy ông tuyển mộ Không Quân bơm lên để dụ! Nhưng có người lại bạo mồm bạo miệng diễu cợt:

*Tiếng đồn anh lính Không Quân,*

*Có một cái quần anh cũng bán đi.*

*Bán đi anh mặc cái gì?*

*Anh mặc cái áo anh đi lòm khòm!*

Rồi anh đi thiệt! Đi biền biệt, không kèn không trống và không tiệc tiễn đưa. Nếu anh có đào thì chắc chưa tới phần tôi. May mắn là nhờ anh ế độ nên hai anh em dành cho nhau trọn một ngày chỉ để ăn một tô mì và ngồi quán cafe trong thương xá, ôn lại dĩ vãng.

Chúng tôi sanh ra và lớn lên từ miền đất ruộng. Sau nầy nghe kể lại không phải tôi sanh ra tại chỗ ở hiện thời mặc dầu hai nơi không xa nhau mấy, cùng trong tỉnh Chợ Lớn, trong thời gian cải cách hành chánh mấy năm trước đây, thêm bớt một phần đất đai đổi tên là Long An.

Nằm trong vùng đồng bằng sông Cửu Long, Long An nổi tiếng với gạo Nàng Thơm Chợ Đào, dưa hấu Long Trì, khóm Bến Lức, đậu phộng Đức Hòa, mía Thủ Thừa và... rượu đế Gò Đen. Mấy thứ kia chỉ nghe nói, chớ gạo Nàng Thơm thì thỉnh thoảng nhà vẫn nấu. Không cần diễn tả dong dài, nồi cơm lúc chín tới, đi ngoài ngõ người ta vẫn nghe mùi ngọt lịm, không cần thức ăn vẫn có thể làm một hơi hết mấy chén. Còn rượu đế Gò Đen, cha nói nó cay mà không sốc, cái hậu nó ngọt, có say đi nữa khi tỉnh dậy vẫn tươi khỏe chớ không ngầy ngật.

Vùng trũng tây nam cò bay thẳng cánh Đồng Tháp Mười và con sông Vàm Cỏ Đông đã đi vào lịch sử với những tên tuổi Võ Duy Dương, Nguyễn Hữu Huân, Đốc binh Kiều, Trương Công Định.... Anh hùng cách mạng Nguyễn Trung Trực - dù không sanh trưởng đất Long An - đã đốt cháy rụi chiếc tàu chiến Espérance của Pháp trên dòng sông Nhựt Tảo, cách không xa nhà tôi mấy.

Cha tôi hãnh diện kể:

- Cách đây một thế kỷ, loại tàu chiến bọc sắt nầy là hạng nhứt của Tây. Ông Nguyễn Trung Trực đổi tên nó thành tàu Thất Vọng!

Vùng nầy lúc gia đình tôi dọn về còn hoang vu đầy muỗi mòng rắn rít và đỉa, đặc biệt là đỉa đã làm lũ chúng tôi - trừ đứa con gái bà chẳng ngổ ngáo - chết lên chết xuống, nhứt là chị cả vì chị là người yếu bóng vía nhứt nhà. Những gia đình mới định cư bắt đầu khai hoang. Công tác quan trọng nhứt lúc bấy giờ là trị đỉa bằng vôi ăn trầu nhưng chẳng khác nào trị rệp bằng cách bắt từng con cho uống thuốc trừ rệp!

Mấy anh chị em tôi không ai thích vùng nầy cả. Tôi lên tiếng:

- Sao ba má lại chọn nơi khỉ ho cò gáy nầy lập nghiệp?

Mẹ tôi không trả lời, chỉ an ủi:

- Rán chịu đựng chừng vài năm thì mọi chuyện sẽ ổn thôi. Không khí ở đây trong lành, hẳn tốt hơn ở chợ.

Tôi biết cha mẹ tôi cũng chẳng thích thú gì mấy nhưng có điều kín đáo giấu nỗi lo âu vì e làm dao động tinh thần những tên lính mới như chúng tôi, thành ra an ủi con cái cũng là tự an ủi mình, nhưng lúc ấy tôi không hiểu được thầm trách cha mẹ ham chi cái vùng thâm sơn cùng cốc nầy. Tôi nghĩ chắc cha mẹ có nỗi khổ tâm riêng mà sau nầy khi chúng tôi trưởng thành mới lần lượt được biết, nghĩa là ông bà chỉ tiết lộ cho đứa nào đã 18 tuổi mà thôi. Những bí ẩn của cuộc di dân bất đắc dĩ từ từ không còn trong bóng tối nữa.

Mẹ tôi thuộc gia đình buôn bán ở một chợ quận quạnh hiu qua lại chừng mươi con đường là trở về chốn cũ; còn cha tôi như trên đã nói xuất thân từ dòng dõi quyền quý xuống dốc, tôi muốn dùng chữ *"Nho giáo Cấp tiến,"* cũng chưa bao giờ biết cầm cày cuốc đất. Mối tình hào khí đầy tính lãng mạn nảy nở từ những ngày tháng công tác bí mật trong phong trào Sanh viên Học sanh tranh đấu khi cha tôi còn học ở trường dạy làm thầy giáo tôi không biết lúc đó là trường gì sau nầy đổi tên hoặc cải tiến thành trường Đại học Sư phạm Sài gòn. Tôi tưởng một người nhút nhát như mẹ tôi thì chỉ đáng tề gia nội trợ, chớ không ngờ cũng hoạt động Hội Kín!

Lúc tôi lớn lên thì cha mẹ lẫn chị Hai Ngô Minh Nguyệt của tôi đều là thầy cô giáo, chỉ anh kế Ngô Thanh Phong và tôi Ngô Minh Châu cùng mấy đứa em nhỏ, Ngô Minh Dung và Ngô Thanh Quyền, là còn mài đũng quần trên ghế nhà trường. Cha mẹ chúng tôi muốn đặt tên cho thằng em út là Ngô Vương Quyền nhưng không dám nhảy rào mà phải theo bài bản do tiền nhân để lại cho nên đành lót chữ Thanh cho nó. Lúc ấy tôi cho là cha tôi quá câu nệ hình thức, chữ nào mà không được miễn là mình thích. Sau nầy tôi mới biết là ông có cái lý của ông bởi vì ông xuất thân từ một gia đình truyền thống quan lại thanh liêm và hiển hách cho nên dòng họ chúng tôi có những điểm đáng tự hào mặc dù tới đời ông thì cuộc vận đổi thay ngay cái năm tôi sanh ra đời.

Khi chúng tôi tương đối lớn, biết chắc ông bà không còn sanh đẻ nữa, trong những bữa cơm gia đình cha mẹ ôn lại chuyện cũ, mừng là không phải một dọc con trai hoặc một lèo con gái. Cha mẹ tôi - nhứt là mẹ - cho là nhờ ăn ở hiền lành tu nhơn tích đức mà gia đình được cái phước như vậy. Đó là tránh được ngũ quỷ hoặc ngũ long. Mẹ tôi nói ngũ quỷ thì cao bồi du đãng không trọn đạo tam cương ngũ thường của một trang anh hùng quân tử, còn ngũ long thì không vẹn câu tam tùng tứ đức của người phụ nữ Á Đông gương mẫu.

Trong gia đình năm đứa không ngũ quỷ mà cũng không phải ngũ long, chị Hai thì đạo mạo mô phạm đúng là một cô giáo gương mẫu không khác gì mẹ tôi, cô em kế Ngô Minh Dung của tôi còn nhảy lò cò, đánh đũa, búng hột me, chạy cút bắt với lũ con nít, cậu út Quyền thì dĩ nhiên không có trong tầm mắt ba anh chị lớn. Vì chị cả lớn hơn anh kế bảy tuổi, còn hai đứa em lại nhỏ hơn tôi nhiều, cho nên trong nhà chỉ anh Phong và tôi gần gũi và thân nhau nhứt.

Sau khi anh đi rồi căn phòng trống trải quá, cho dù lúc ảnh ở nhà anh em cũng ít khi gặp nhau. Mỗi người thu mình vào ốc đảo cô đơn của riêng mình. Nhưng mỗi người đều có cuộc sống riêng, không ai can dự vào. Tôi nghĩ chắc tại anh bị bịnh lười biếng và dốt ăn nói nên không có bạn gái. Còn tôi bà chằng lanh chanh quá nên không có thằng con trai nào dám lại gần! Thời buổi con gái phải tam tòng tứ đức, nhu mì nhủ mỉ, phu xướng phụ tùy mà tôi thì sẵn sàng đốp chát với bất cứ đứa nào muốn cả vú lấp miệng em. Cũng có bạn vui đùa nhưng không giải tỏa được nỗi niềm cô đơn sâu thẳm trong lòng.

Mẹ tôi lúc nào cũng dạy con gái:

- Con gái phải *công dung ngôn hạnh*.

Không phải tôi không hiểu bốn chữ *công dung ngôn hạnh*, nhưng vẫn cố cãi:

- *Công dung ngôn hạnh* không chưa đủ má à!

- Còn cái gì nữa?

- Còn *học* nữa mới đủ!

Và tôi hào hứng giải thích:

- Con gái mà thất học thì chỉ là tên tay sai, nô lệ cho đàn ông. Nó thương hại chớ không yêu và không nể!

Mẹ tôi đồng ý là tôi có lý, nhưng mắng yêu:

- Rồi số mầy sẽ khổ, nghe con!

Tôi nhõng nhẽo:

- Tại con biết nhiều nên khổ hả mẹ?

Mẹ tôi cười:

- Tại mầy khôn quá!

Nếu tôi thành gái già thì mẹ tôi đúng. Trái lại, tôi đã lái phi công được suốt mấy mươi năm thì mẹ tôi quả là hủ lậu! Còn cha tôi dạy anh Phong dù trong bất cứ hoàn cảnh nào cũng không được khóc, mình phải tỏ ra là đàn ông, là quân tử! Hồi xưa tôi nghe buồn cười: dạy con nít mà lấy chánh nhơn quân tử ra so sánh! Nhưng sau nầy tôi áp dụng bài bản đó thấy nó *work* thiệt! Chắc phải đề nghị quý nhà giáo dục nên nghiên cứu vấn đề nầy. Hay là lấy đề tài nầy làm luận án tiến sĩ? Tiếc là cha tôi không còn trên dương thế để thấy mấy đứa cháu ngoại trai của ông toàn là những trang nam tử theo gót thần tượng Ngô Thanh Phong của chúng!

Sau khi anh Phong lên đường, chỉ tôi, người phụ nữ duy nhứt, là nạn nhơn hay hân hạnh còn mối dây liên lạc. Hầu như mỗi tháng một lần tôi đều nhận thơ anh từ quân trường, Trung Tâm Huấn Luyện Không

Quân Nha Trang. Không biết vùng đất thùy dương cát trắng gợi hứng thế nào mà tự nhiên anh biết làm thơ, và làm thơ cũng có lý lắm. Nhưng anh nói với tôi, thơ phú chỉ là văn nghệ vui chơi chớ không có tiền nhuận bút. Nếu có khả năng thì viết truyện ngắn hay bài vở tham khảo nghiên cứu chuyên nghiệp gì đó thì có thể mưu sanh được.

Khi tôi bày tỏ nguyện vọng là sau nầy tôi muốn làm thi sĩ, cha tôi nói:

- Chính cái phong cảnh thơ mộng nơi thôn dã nầy đã tạo nên trong con tâm hồn lãng mạn, còn những cánh đồng cò bay thẳng cánh và cái không gian trọn vẹn kích thích thằng Phong muốn làm anh hùng không gian.

Dạo nầy tôi thường lang thang đây đó có khi trong Viện Bảo Tàng, có khi trong Thư viện Quốc Gia, hoặc trong Thảo Cầm Viên thả hồn theo mây gió. Nhiều khi tôi nằm dài trên bãi cỏ nhìn lên khoảng không gian vô tận với mây trắng trời xanh hàng giờ không biết mình muốn tìm cái gì, lại thấy tâm hồn thanh thản. Tôi mơ mộng vì con gái lớn thiếu một hình bóng nam nhơn.

Những cánh thơ từ phương trời xa gởi về mang theo ước vọng một thanh niên lý tưởng ôm ấp hoài bão phục vụ quê hương cho biết ngày mãn khoá đã tới và khi về anh đặc biệt mang đến cho tôi một niềm vui. Tôi nghĩ thầm dĩ nhiên là vui rồi, cho cả gia đình chứ riêng gì tôi! Hình ảnh những chiếc máy bay tôi không phân biệt được loại nào là loại nào nhưng quả thực là biểu tượng một không gian hào hùng, và những anh chàng phi công cao ráo đẹp trai, đa số dễ nhìn, gợi một nỗi nhớ mông lung.

Tới bấy giờ tôi mới thực sự nhìn thấy một anh chàng phi công mặc áo liền quần qua hình ảnh anh Phong gởi về. Sao áo gì mà nhiều túi và phẹt-ma-tua quá vậy, lại ba bốn cái an-sin màu mè trên ngực. Nhưng mà phải thú thiệt với lòng là tôi thấy rất thích. Có phải tôi đang mơ mộng một chàng phi công? Sắp thành gái già, tôi không vui sao được! Chính điểm tâm lý nầy đây đã dẫn dắt tôi vào nghề lái phi công, một nghề phụ, một nghề tay trái nhưng lại là nghề chánh trong suốt cuộc đời tôi!

Mãi cho tới khoảng nửa năm sau, lúc tôi sửa soạn thi Tú Tài II, anh Phong mới trở về trong bộ quân phục kaki vàng, đeo dây biểu chương và có hai con cá vàng trên vai.

Anh cười giải thích:

- An-pha chớ con cá gì, cấp bậc Sinh viên Sĩ quan đấy cô nữ sinh ạ!

Cha mẹ tôi được tin tức tốc lên Sài Gòn ngay, tay xách nách mang lỉnh kỉnh đủ các món anh em chúng tôi thích: mắm lóc, khô lang phồng, tép rang mặn ngọt.... Mẹ tôi rướm nước mắt:

- Má biết các con thèm mấy món nầy!

Mẹ tôi lúc nầy trông không còn giống bà giáo mặc áo dài đứng lớp nữa mà lại nhập vai một nông phu chơn lấm tay bùn. Ông bà đã già đi nhiều khiến lòng tôi rưng rưng. Kỳ nầy từ dưới quê lên mẹ tôi lại dắt theo một cô ý chừng muốn mai mối gì đây. Phải chăng ông bà đã ý thức tuổi hạc đã gần kề muốn có cháu bồng trước khi nhắm mắt qui tiên?

Có một điều bây giờ tôi phải xét lại phương trình *Phi công bằng Lớn con cộng Đẹp trai* (Phi công = Lớn con + Đẹp trai) trước kia. Anh Phong giải thích là ảnh cao 1,65m và nặng 52 ký đủ tiêu chuẩn cần thiết, *"trong khoá có nhiều thằng còn tệ hơn anh nữa."* Về cái mục đẹp trai thì anh tỏ vẻ tự tin nhiều, anh tự cho tám điểm trên mười, mặc dù không thể sánh với anh chàng Tư Mã Tương Như, nhưng trên đời từ cổ chí kim được mấy người như thế!

Bây giờ trông anh đen hơn nhưng mạnh dạn hào hùng oai phong đúng như tên gọi Ngô Thanh Phong. Anh hãnh diện: *"Do quân trường trui luyện đấy mà!"* Chưa bao giờ tôi thấy anh ghê gớm đến như vậy! Trước kia lúc là sanh viên trường Luật anh đâu có thắt cà vạt và mang giày bóng, đầu khỏi chải và ba tháng chưa hớt vẫn bồng bềnh mái tóc nghệ sĩ. Cha tôi là một người phóng khoáng tỏ vẻ hài lòng ra mặt còn mẹ tôi thì kín đáo hơn vì bà vốn là một người phụ nữ Á đông điển hình, lại là một nhà mô phạm! Khỏi phải nói, cô bạn ngưỡng mộ anh Phong hết mức, tôi còn phải phục huống hồ gì!

Sau khoảng gần hai năm du học, anh Phong mới trở về, dắt theo một anh chàng quen quen. Đúng rồi, anh chàng trong nhiều bức hình anh Phong gởi về, là bạn cùng khoá, học chung trường bay bên Huê Kỳ với anh Phong, nói là nhà anh ta ở Mỹ Tho về không kịp vì đường sá vào lúc xế chiều trở đi không an ninh cho lắm cho nên ghé ở tạm nhà mình chơi một đêm rồi sáng mai hẳn về thăm cha mẹ dưới quê. Anh ta tự giới thiệu là Lê Minh Châu.

Tôi ngạc nhiên:

- Lại Lê Minh Châu? Có thiệt không đây?

Anh tôi đỡ lời:

- Anh Châu trùng tên với cô.

Tôi thăm dò:

- Anh lại không nôn nóng về thăm hai bác và người yêu?

Anh trả lời liền một mạch như đã thuộc bài:

- Nôn nóng lắm chớ, nhưng ở đây có lý hơn!

Anh ta không xấu hổ thú thật là xuất thân từ một gia đình đang xuống dốc trong thời buổi loạn ly cho nên hầu như suốt tuổi thanh xuân chỉ lo học hành để làm gương cho đàn em, ngoài ra giúp cha mẹ và đồng thời lo tiếp cho mấy đứa em còn nhỏ, không biết ăn chơi là gì. Dưới ánh đèn hiện ra một anh chàng cao ráo vượt tiêu chuẩn cân đo đong đếm của Không Quân, khuôn mặt đượm chút ngượng ngùng, anh cười nói tiếp:

- Chỉ mới biết nhảy đầm khi qua Mỹ!

Sau nầy thì tôi khám phá ra một sự thật mà khi vui hoặc khi có chút men say ngà ngà làm hứng chí, anh Phong mới thố lộ:

- Em gái tao rất hoạt bát và khôn ngoan cho nên mầy phải cẩn thận lắm mới được.

Anh ta hỏi:

- Cẩn thận lắm là sao?

Một người chưa yêu lần nào lại dám làm liều dạy bài học nhập môn trước ngưỡng cửa tình yêu cho một người khác:

- Coi như mầy lên thuyết trình vậy, phải dự trù những câu hỏi mà khán thính giả có thể sẽ hỏi.

Anh Phong trở nên lễ phép với tôi từ lúc dắt anh chàng phi công mới ra lò về nhà giới thiệu, không xưng hô với tôi là *mầy tao* nữa! Cũng chính ngày ấy mấy mươi năm về trước đánh dấu một bước ngoặc trong cuộc đời tôi. Có một người để mong để nhớ để thương và để lo sợ rằng mình sớm trở thành goá phụ trước khi thành hôn! Hai năm sau đó tôi ra trường và chúng tôi quyết định thực tập tình yêu chớ không còn học bài nhập môn trước ngưỡng cửa hôn nhơn nữa, bắt đầu một cuộc phiêu lưu mới rày đây mai đó khắp bốn vùng chiến thuật.

Ai cũng khen gia đình tôi có phước. Cả nhà làm thầy cô giáo, con trai lớn với thằng rể làm quan tàu bay - *có phước làm quan*! Nhưng cái phước nầy hưởng không trọn vẹn vì con số hắc ám 30475. Mẹ và chị Hai tiếp tục làm cô giáo một thời gian rồi *mất dạy*. Cha tôi bị liệt vào đảng phái *phản động* gì đó, chết trong tù. Anh Phong vượt ngục bị bắt lại hành hình. Anh Châu thân tàn ma dại trở về còn đúng mười cái răng. Anh ao ước mỗi bữa ăn có được ba bốn chén cơm với một con khô cá chuồn.

Nhưng, chỉ sau một thời gian, anh đâu có an phận như vậy, lại mắc bịnh hôi cơm tanh cá! Chê căn nhà nhỏ tù túng, hết *về nội, về ngoại* tới *về đám giỗ ông bác*. Có khi anh biệt tích cả tuần lễ khiến ruột gan tôi rối bời! Từ khi bị tẩy não đôi mắt anh đổi màu, nhìn đâu cũng ra giặc, nên anh mới nói chừng nào hết giặc thì anh mới hết đi! Dù tôi không tin tưởng tuyệt đối về sự thủy chung của chàng phi công nhưng cũng đã ở trong nghề hơn ba mươi năm, cánh bay nếu được gắn chắc đã mọc hai ba hàng râu. Thôi thì tự an ủi phận nữ nhi không lái được phi cơ thì mình tạm lái phi công vậy! Bèn có câu rằng "Em phi công, yêu phi công, lái phi công!"

■ nhuận sắc 5/11/2023

# gia đình có người làm trâu

** Thân tặng Phạm Văn Tố*

*và Ngô Thị Ngọc-Dung*

Cũng như các cô giáo khác, đa số bạn bè của cô Nga là dân chợ. Khi hay tin cô sắp lấy chồng về quê, họ ngạc nhiên lườm:

- Thành thị không ở, lại đút đầu về quê?

Những người khác ớn cái cảnh theo ông xã nhà binh rày đây mai đó, lại muốn lấy chồng thầy giáo, hoặc kẹt lắm thì đức phu quân ít nhứt cũng là công chức cho hạnh phúc tới đầu bạc răng long:

- Bộ hết người rồi sao?

Cô giáo Nga cười phân bua:

- Không phải hết người, nhưng tìm hoài nay mới gặp người trong mộng!

Các cô bạn mỉa mai:

- Chà! Lý tưởng dữ ha!

Cô Nga hơi mắc cỡ, phang ngang:

- Kệ tôi. Thời buổi trai thiếu gái thừa, tôi sợ ở vá như bà dì! Không khéo già kén chẹn hom nghe các con!

Họ cũng trả lời:

- Kệ tôi. Bà lo thân bà đi!

Nga khích:

- Ừ! Thì thân ai nấy lo. Tôi rán chống mắt đặng xem mấy bà về tỉnh thành hay về quê!

Như vẫn còn ấm ức, cô giáo Nga gỡ gạc:

- Sợ lấy chồng nhà binh hả? Coi chừng cuối cùng rồi cũng lên núi sống với cọp hay về rừng chơi với vắt và ngủ dưới giao thông hào!

Cô giáo Nga nghĩ cũng phải! Thời buổi chiến tranh, không lấy chồng nhà binh chỉ có nước thành gái già! Thanh niên học đại học nửa chừng hoặc mới vừa xong trung học đút đầu vô lính, chưa kịp lập gia đình, mới còn độc thân. Còn mấy ông thầy giáo và công chức sống thọ thì đã có người đặt hàng nâng khăn sửa túi từ trước; làm lễ ra trường xong là vội hớn hở bước lên xe hoa để sớm rút kinh nghiệm cuộc đời cay đắng, "đâu tới phiên mình -trẻ lắm cũng hăm bốn hăm lăm!"

Các cô vớt vát:

- Rồi đời con sẽ khổ nghe con!

Mặc các cô bạn nói gì thì nói, cô giáo Nga lấy chồng về nhà quê thật. Nhưng cô có ở dưới quê ngày nào đâu mà khổ! Ông xã dám về làm đám cưới đúng truyền thống của tổ tiên chỉ để vui lòng gia đình. Ông anh chồng phải nhờ người bạn, trước học cùng lớp, cho một trung đội Địa Phương Quân giữ an ninh cho đám cưới nhà binh. Đấy là ảnh lo xa vậy thôi. Sau

Mùa Hè Đỏ Lửa, mấy anh cách mạng nằm vùng biến đâu mất tiêu hết, chắc đang co cụm. Vành đai an ninh quận nới rộng ra tới tận bên nầy bờ sông Vàm Cỏ. Có lẽ chỉ trừ đám lá Tối Trời bên quận Bình Phước và quận Tân Trụ còn là chỗ dung thân cho những cán bộ còn sống sót. Lúc nầy nếu có ai cắc cớ tìm một anh cách mạng để xin đóng thuế đỏ con mắt cũng không ra. Từ ngày lấy chồng cho tới lúc trời sập, cô giáo Nga cũng chưa từng nhìn thấy một tên cách mạng thật bằng xương bằng thịt!

Hết cái cảnh đào đường cuốc lộ, hết cái cảnh phóng loa kêu gọi lính Nghĩa Quân bỏ đồn theo giặc. Lính tráng và cán bộ Xây Dựng Nông Thôn vô tới tận thôn làng. Họ chơi với con nít, dạy đám trẻ hát, giúp bà con sửa nhà chữa cửa, làm ruộng làm nương; tối lại còn nhậu với đám thanh niên và mấy ông già gân. Điện chưa về làng nhưng ánh sáng văn minh lấp ló đâu đây. Sáng tinh sương trên con đường làng dẫn tới chợ, các cô gái yêu đời nhí nhảnh trong những bộ đồ bà ba cổ trái tim màu mè, cười giỡn líu lo như là sống trong cảnh thái bình. Dĩ nhiên, hơi quê mùa nhưng không đến đỗi nào. Rải rác cũng có người học hành đỗ đạt làm công chức, làm thầy cô giáo ngoài thành, và đi sĩ quan khắp bốn vùng chiến thuật. Là dân chợ, cô tự an ủi tại vì hai người "yêu nhau hết biết" thì phải chịu thiệt thòi một chút cũng không sao!

Tuy nhiên, điều khiến cô giáo tự hào về gia đình chồng không phải là ngôi nhà ngói móc ba căn hai chái, cái sân gạch tàu phơi lúa rộng thênh thang, và vườn dừa sai trái hầu như bốn mùa,... mà là một gia đình nhơn từ và đạo đức, được nể vì của lối xóm. Ông cha chồng không học nhiều nhưng còn nhớ đủ để trâm tiếng Tây được với anh Thống học sinh ngữ thứ hai Pháp văn với thầy Lê Văn Nguyện. Ngược lại, bà mẹ chồng mù chữ như đa số người đàn bà ở quê vào lứa tuổi ấy. Bà rất mực nhơn từ nhưng nếu diễn tả thì nhiều khi vô tình hay vụng về làm giảm cái lòng nhơn ái của bà đi. Ông bà, do cha mẹ đặt đâu ngồi đấy, ở với nhau từ hồi chưa đến tuổi hai mươi cho tới lúc bạc đầu, chỉ sanh được hai thằng con trai rồi ông trời bắt nghỉ luôn không cho biết lý do. Ông anh lớn làm thầy giáo chưa lập gia đình, chỉ một mình phu quân của cô giáo là sĩ quan. Bà con lối xóm nói nhà có phước mới có người làm quan!

Nhưng sau ngày cách mạng thành công, gia đình bác Tám "có phước mới có người làm quan!" tự nhiên trở thành ngụy, mặc dầu từ trên xuống dưới ai ai cũng mẫu mực đàng hoàng, chớ không hề đầu môi chót lưỡi, giả nhơn giả nghĩa, và tranh sống bằng cái mánh lới mới của cách mạng! Con nít lối xóm gọi bác là ông nội ông ngoại như ruột thịt. Đám trẻ xem hai bác như cha mẹ, tá điền lớn tuổi thì coi như anh cả, ông bà già thì như anh em bè bạn; trong vùng nầy không ai có thể lớn tuổi hơn bác được nữa. Từ bao nhiêu đời, dòng họ ông không có truyền thống tham gia chánh quyền làm ông cả ông chủ trong làng, chỉ là thường dân Nam bộ. Dù vậy, cũng nhờ có hai thằng con ăn học mà gia đình được thơm lây. Cưới hỏi, đình đám, đơn từ một tay hai anh học trò. Tết nhứt họ mang quà tặng đầy nhà cho dù ông bà không nhận họ cũng bỏ đấy, chạy băng qua cái sân gạch mà về.

Ngay tại ngõ, dù không có cổng như đình làng hay của những gia đình khá giả khác, bác Tám kiểu cách trồng hai khóm hoa dâm bụt cao tới cổ người lớn, lá xanh mướt và bông đỏ lòng thòng trông không giống như cái lồng đèn xưa thu nhỏ lại. Phía bên trong khóm hoa khoảng hai thước là cái cầu thấp dùng để rửa chơn trước khi bước lên hai hàng gạch xi-măng ước chừng bốn năm mươi thước dẫn vô nhà. Người ta không thấy tượng Phật, hình Chúa, Khổng Tử, Lão Tử, Quan Công..., mà chỉ thấy hình ông bà tổ tiên theo thứ tự ba đời trên bàn thờ. Bộ trường kỷ chạm trổ cầu kỳ ở căn giữa dùng tiếp khách quý trang trọng khi có đám tiệc; hai bên là hai bộ ván gõ đỏ lên nước bóng láng nhờ bác trai ở trần ngủ trưa hầu như quanh năm, mãi cho tới cái ngày lỡ khóc lỡ cười!

Lúc mới đổi đời, tự nhiên thằng Hai Cò mua ve chai được làm bí thơ xã. Con vợ nó giờ đây đổi lốt cho khác với đám đàn bà con gái thường dân; trong bụng không có bếp lò mà nó cũng hét ra lửa được! Tay chơn bộ hạ của vợ chồng thằng Hai đa số dân cô hồn các đảng miệng bằng tay tay bằng miệng nên dân ngụy phải sợ! Nếu vậy cũng chưa đủ, nó phải dùng thêm một số con nít mới lớn biết đọc biết viết để làm giấy tờ. Không biết do lịnh trên hay chạy theo mốt cách mạng, mấy cô cậu cách mạng ba mươi người nào cổ cũng quấn khăn rằn đỏ, mang một cái túi dết cán bộ nhập từ miền Bắc, và mang dép râu của bộ đội nên đi đường đồng trợt lên trợt xuống!

Thằng Hai Cò mang súng lục đi với thằng phụ tá tới từng nhà ra lịnh bắt treo cờ xanh đỏ sao vàng và hình ông già râu nào lạ hoắc lên bàn thờ. Bác Tám không thể làm trái nhưng có ý kiến khác với văn hóa cách mạng một chút. Ông tửng tửng theo kiểu kẻ cả:

- Bàn thờ ngay chánh giữa nhà là để thờ tổ tiên ông bà. Cờ và hình thì tao có treo rồi đó!

Anh bí thơ bây giờ phát tài phát tướng thành bí thơ Hai Mập, không còn là thằng Hai Cò nữa. Nó làm lớn như vậy mà không hiểu sao sau lưng hắn, người ta vẫn gọi bằng thằng, thằng bí thơ. Nó nài nỉ:

- Còn hình Bác Hồ?

Hình như Bác Tám khoảng tuổi con heo hoặc con chuột hay trẻ lắm cũng con cọp, biết thằng bí thơ Hai Mập dốt đặc, nói đại:

- Tuổi ổng là bác của tụi bây chớ bác tao sao được?

Thằng Hai Mập, không biết bác hồ của nó bao nhiêu tuổi, nhìn theo ngón tay bác Tám chỉ:

- Bây xem hình tao treo chỗ cao nhứt và sạch sẽ nhứt đó! Tao vẫn kính trọng ổng, tao kêu ổng bằng ông Hồ hay ông chủ tịch mà!

Hai Mập đuối lý nói lảng qua chuyện khác để gỡ gạc. Gương mặt hồng hào của nó chuyển sang màu "đấu tranh chánh trị":

- Anh Thống có nhiều nợ máu với nhân dân, cách

mạng...

Hiểu thằng bí thơ sắp trả bài, bác Tám cướp lời:

- ... Thôi! Nó có tội để cách mạng trị nó, không liên quan gì tới tao. Cách mạng vẫn nói "ai làm nấy chịu" mà!

Mấy ông anh của bác Tám trước khi hy sanh cho cách mạng có nói "ai làm nấy chịu" nên chánh quyền Quốc Gia không dám làm gì gia đình ông hết! Nghe phong thanh hình như chính bác Tám cũng có tham gia một thời gian. Anh thầy giáo kể lại rằng Hiệp định Sơ Bộ mòng Sáu tháng Ba tăng cường thêm sự hoài nghi của bác Tám. Hoặc là im lặng nhịn nhục tới đâu hay tới đó hay là đi mò tôm. Cách phản đối tiêu cực nhứt và đỡ nguy hiểm nhứt là bỏ về. Thừa kế chưa tới một mẫu, ông già gân suốt cuộc đời làm lụng vất vả mới dư được mấy mẫu ruộng và căn nhà ngói, và rán cho hai thằng con trai ăn học nên người. Thằng anh nối gót theo chú nó đi dạy thầy giáo rồi. Còn thằng nhỏ, thời buổi giặc giã, phải đi lính thôi, chớ chẳng lẽ bỏ vô bưng theo mấy thằng thất học:

- Thắng làm vua, thua là giặc. Chuyện đời mà!

Nhiều lúc nhìn mông lung ra ngoài, bác mơ màng tới những mùa xuân thanh bình cách đây không lâu. Lúc ấy tụi trẻ con tung tăng trong những bộ quần áo còn thơm mùi hồ đi chúc Tết ông bà để hí hửng nhận những đồng tiền lì xì mới còn thẳng nếp mang theo vào giấc ngủ mộng mơ. Bác nghĩ đến những nương mạ non màu đọt chuối đầu mùa và màu xanh lúa trổ đòng đòng mởn mơ con gái. Bác nghĩ tới cánh đồng lúa vàng trĩu hạt mùa gặt, gánh về phơi đầy sân gạch. Trả công trâu cày và thợ thầy xong, dư tới mấy thiên. Cái bồ lúa ba từng cao gần đụng nóc nhà kho. Thuế má có bao nhiêu, chẳng qua như tiền ăn bánh! Chỉ cần mấy mẫu ruộng đồng cũng đủ sống tàng tàng -ngôn ngữ của bác- ở cái xứ quê mùa nầy:

- Hồi thời ông Diệm bình yên biết mấy! Cả tới thời ông Thiệu, họ cũng đâu có hành mình như mấy thằng nầy!

Bác gái nghĩ đời nào mình cũng làm dân, ai làm hội đồng xã hay chủ tịch nước cũng được, nhưng hoang mang không ít:

- Thời buổi gì kỳ: Muốn làm gì thì làm, muốn nạt ai thì nạt, muốn lấy của ai thì lấy! Coi dân như con nít. Thời Tây đô hộ cũng chưa đến đỗi như vầy!

Như mọi khi, ông an ủi:

- Bà à! Hết rồi những ngày tháng bình yên.... Tôi đã nói trước. Còn gì nữa mà tiếc!

Không biết gia đình ngụy nầy có bị ghi tên vô sổ bìa đen của anh bí thơ cách mạng ba mươi không nhưng anh ta không ép nữa. Cờ đến tay, vợ chồng Hai Cò dẹp cái nghề mua bán ve chai khổ nhọc. Hồi trào ngụy, nó chỉ mơ được một chơn làm lao công ở trường học Tiểu học Tân Chánh cho nhàn tấm thân và đỡ vợ con. Chính nó cũng không ngờ nó nhảy một bước đến chín từng mây xanh. Đúng như cách mạng nói "chết là cùng -chết là hy sanh cho cách mạng còn hơn sống vất vưởng, mà thắng thì cái gì cũng có..." Nhưng không dưng người ta mang của tới cho mình à?! Cũng phải dùng cái gì đó mới khiến người ta đưa tiền chớ! Dâng tiền mà ngược lại họ phải cám ơn mình đã nhận nữa! Sống cuộc đời cán bộ cách mạng ở cái xứ nầy, giấc mơ đã thành hiện thực: Nhà đúc bê-tông, mái ngói móc, tường tô...; nếu ở chợ thì anh cũng phải có cái ô-tô con!

Cuối cùng thì không thấy hình ông già râu gian ác đâu. Bác Tám xối nước trây đất cho lem luốt đem dấu đi ở một góc kẹt nào đó. Ông chuẩn bị câu trả lời nếu bị nó hỏi:

- Bị mưa dột ướt hết trơn rồi. Để mai mốt tao sẽ mua cái khác đàng hoàng đẹp đẽ hơn thay.

Thấy ông cương với thằng bí thơ Hai Mập, bác Tám gái lo lắng nhìn ông:

- Ông à! Thời buổi sâu bọ làm người, ông coi chừng tụi nó! Tụi nầy không hiền đâu!

Trái với tâm tánh nhơn từ và độ lượng, tướng tá bác Tám cao lớn, vạm vỡ, và mặt mũi bặm trợn. Bác chỉ cần đứng dậy là anh bí thơ tưởng bị tấn công, định chạy liền:

- Bà đừng lo! Tôi biết đánh thì tôi phải biết đỡ chớ!

Bác gái cũng ậm ừ:

- Ờ! Để đó cho ông đỡ!

Bác Tám cương thêm:

- Má nó à! Trâu già đâu nệ dao phay!

Ông già trong tư thế chuẩn bị hoài mà nó không

đánh cho ông có dịp đỡ. Rồi thời gian nhục nhằn ngày nầy qua ngày khác chồng thêm gánh nặng khiến tâm hồn bác trai chai đá và lưng bác gái còng thêm. Hai bác không biết ông bà tổ tiên đã sống ở cái đất nầy từ hồi nào. Nhưng mở mắt ra là bác đã nghe tên và lớn lên chút nữa là biết cái bến đò Bà Nhờ, cái Xóm Vồng, Ấp Chợ, Xóm Bà Lựu, Xóm Lưới...; kéo lên tới ngã ba Tân Lân, Nhà Dài, và con tỉnh lộ 18; đổ xuống Kinh Nước Mặn, đồn Rạch Cốc; qua Cầu Nổi, Mỹ Lợi, tới Vàm Láng.... Bác biết cả tiên nhơn của mấy thằng cách mạng ba mươi và thằng bí thơ nầy không sót một chỗ nào. Tụi nó mượn nợ ai rồi quịt luôn thế nào, đi ăn trộm bị lính Nghĩa Quân bắt quả tang ra sao, bác biết hết mà bác chưa hề kể cho ai nghe.

Bác trai giải thích:

- Hồi xưa chánh quyền người ta dùng người có chữ nghĩa. Bây giờ không xài mấy thằng nầy thì xài ai? Người có học và đàng hoàng ai chịu làm tay sai cho tụi nó!

Khi có dịp ngồi chung với gia đình, bác gái tâm sự:

- Ba má ít học không có nhiều tiền của ruộng nương. Ăn hiền ở lành chỉ mong để đức lại cho con cháu.

Còn ông già thì xác quyết như đinh đóng cột:

- Ở hiền gặp lành. Ở ác gặp ác. Ông trời coi vậy mà có con mắt. Quả báo nhãn tiền chớ chẳng đâu xa!

Nhưng điều xác quyết của bác Tám ít nhứt tới ba bốn năm rồi chưa ứng nghiệm. Mới trước ngày ông Dương Văn Minh tuyên bố buông súng, lối xóm còn nể nang và vồn vã gia đình có người làm thầy giáo và làm quan, mà bây giờ tự nhiên xa lánh. Họ lấm la lấm lét, không dám nói chuyện cũng không dám lại gần, chắc sợ vạ lây! "Liên hệ với ngụy quân ngụy quyền" mất mạng như chơi, "nếu không chết thì cũng èo uột khó nuôi", không sợ sao được?! Gia đình sĩ quan và công chức chế độ cũ trong xóm ấp cũng cùng chung số phận, chớ không riêng gì gia đình bác Tám.

Trong hai người con của bác, anh Hai làm thầy giáo chỉ mới bị xài xể sơ sơ nên chưa mất dạy, bị buộc tội gián tiếp dạy cho "bọn ngụy tụi nó" đỗ đạt đi sĩ quan chống phá lại cách mạng. Còn anh Thống đi giang đoàn hay giang thuyền hay giang đĩnh gì đó không hề làm hại một sợi lông của cách mạng. Anh chỉ giết mấy thằng Việt cộng phá làng phá xóm thôi, theo lời thành thật khai báo khi ở tù! Thậm chí anh cũng không trực tiếp cầm súng bắn mà chỉ ra lịnh cho xạ thủ bóp cò. Vì không có nhiều nợ máu với nhơn dân nên ở tù chưa tới bốn năm thì được về sớm. Hộ khẩu thì Bộ Tư Lịnh Hải Quân đã chuyển sang Huê Kỳ từ năm 1975, vợ chồng anh sĩ quan và cô giáo trẻ phải về quê ông già làm ruộng. Nhưng cách mạng đã lấy gần hết rồi, còn lại mấy sào gia đình năn nỉ cách nào họ cũng không chịu cày cho mình.

Nước đã nổi, hầu hết ruộng người ta đã cày rồi, chỉ phần của đám ngụy quân ngụy quyền là còn nguyên. Anh con trai dù lo lắng nhưng có vẻ chịu đựng, nhìn cha mẹ:

- Ba má đừng lo! Con đã có cách.

Bác Tám trai nôn nóng:

- Cách gì? Nói tao với má mầy nghe đi!

Anh Thống giải thích:

- Tụi nó không cày thì mình làm trâu cày!

Sống từ đầu thế kỷ Hai Mươi tới lúc Đức đánh các nước Âu châu, rồi tới Nhựt đánh Pháp tại Đông Dương, bà con và gia đình bác sống lầm than khổ sở trăm điều, nhưng bác Tám cũng không hình dung có cái ngày nầy, cái ngày thành công của cuộc cách mạng vô sản, mà thằng con sĩ quan nhà ông phải thế trâu cày ruộng!

Bác nghi ngờ:

- Được hôn?

Anh Thống nhìn ông già:

- Mỗi bên ba con trâu người!

Bác Tám thở dài:

- Coi vậy mà không dễ như hồi xưa tao làm trâu cho hai đứa bây cỡi đâu!

Cái lưng thớt của bác gần bằng cái mặt ghế, bác gái cỡi còn được huống hồ gì trẻ con! Thằng em ngồi trước, thằng anh sau, kẹp chân vào bụng và ngực ông già; hai anh em khoái chí cười “hắc hắc”, còn nhún lên nhún xuống khiến bác gái xót ruột cho ông chồng, cứ sợ gãy xương sống nằm một chỗ chẳng làm ăn gì được. Bác bảo các con phải nhẹ nhàng như cỡi con nghé! Ông thầy giáo và ông sĩ quan tiếc rằng từ lúc bắt đầu đi học lớp vỡ lòng - kể như người lớn - thì hết còn đặc ân ấy nữa!

Bác Tám gái lên tiếng:

- Hồi xưa ông chỉ làm trò cho tụi nó cỡi thôi! Bây giờ phải thế trâu kéo cây cày thiệt!

Quay sang Thống chia sẻ, bà hỏi:

- Làm sao kéo nổi, con?

Thống quả quyết:

- Trong tù, tụi con đã cày rồi!

## 2

Cô giáo Nga bủn rủn tay chơn. Không có bầu mà cái cổ dài ra, tong teo ốm yếu vì phải đi bộ hàng ngày và ăn độn khoai lang. Bụng lép, ngực cũng lép; ai không biết cứ tưởng là đứa học trò con nhà nghèo chừng khoảng mười một mười hai tuổi. Vậy mà cô vào lớp sau khi có trớn, người ta không ngờ trong thời xã hội chủ nghĩa lại có một bộ óc đề kháng khôn ngoan đến đỗi vài lần bị mời lên văn phòng làm việc! Cô nhớ lại bài học bồi dưỡng chánh trị cho giáo viên nói từng bước xây dựng xã hội chủ nghĩa - một xã hội khoa học tiên tiến, phải hiểu ý nghĩa sâu xa là hồi trước dùng máy cày thay trâu, bây giờ dùng sức người thế máy cày!

Nhìn khuôn mặt lợt lạt thất vọng của vợ, anh Thống an ủi:

- Nga đừng có quá bi quan!

Cô giáo sư dạy sử địa xuất thân trường Đại học Sư Phạm Sài Gòn tên Ngô Thùy Ngọc-Nga nhỏ thó như đứa con gái suy dinh dưỡng và vàng vọt như người mắc bịnh sốt ngã nước, ngồi đây, mắt mở mà như đứng tròng nhìn những người thân tàn lụi dần theo năm tháng. Cô cũng như đa số thầy cô giáo trong tỉnh được lưu dụng để tiếp tục làm kỹ sư tâm hồn cho thế hệ kế tiếp cũng may mắn nhờ ông Trưởng Ty Giáo Dục tỉnh Long An gốc là thầy giáo hồi kết! Dù cách dạy và những gì phải dạy không đúng theo ý mình hoàn toàn nhưng ít ra cũng còn là sở trường. Nhưng những nơi khác, và nhứt là sĩ quan, công chức, và cán bộ, trình độ đại học mà đi làm ruộng, cuốc đất trồng khoai để mỗi ngày cầm hơi bằng bữa đói bữa lép và giải trí bằng đọc báo quốc doanh!

Chiều lại anh Thống bàn với đám "ngụy quân ngụy quyền":

- Hộ khẩu ở đây, làm sao đi đâu được? Hết cách rồi! Mình áp dụng bài bản cũ trong tù đi!

Vì mấy người bạn không ở chung trại Trảng Lớn - Tây Ninh nên còn thắc mắc:

- Là sao, mậy?

- Cày người ông ạ! Ba thằng bằng một con trâu!

Mọi người mới vỡ lẽ ra, thở dài chán ngán:

- Tưởng tù-trong chúng nó bắt mình cày không cách gì tránh được, không ngờ tù-ngoài mình cũng phải tự nguyện bổn cũ soạn lại!

Thế là mấy người tù-ngoài trong phút chốc trở thành trâu hết, không anh nào thoát được. Nhưng nếu được làm trâu thật cũng sướng chán! Chỉ làm việc chừng nửa năm là cùng, có nơi chỉ trong mấy tháng. Không bị mấy thằng cóc cắn hành hạ đánh đập như các anh cải tạo. Cây roi chỉ để hù cho đừng lơ là công việc đồng áng. Cày bừa xong về nhà nằm nhơi cỏ, mùa lúa thì nhơi rơm khô còn hơn khoai mì H34 tồn kho hư mốc. Không ngủ, mắt lim dim nhìn mấy anh chị cách mạng ba mươi, mà khinh bỉ trong lòng, mong có ngày họ sáng con mắt ra. Lại khỏi đi họp tổ mỗi buổi tối để nhàm tai nghe mấy ông quan con cách mạng ba mươi nói sàm nói điên, và để ngoáy lỗ tai nghe những lời chửi rủa buộc tội.

Trong một xóm nhỏ, nghèo, và kém văn minh như thế, dễ gì mà kiếm đủ bảy ông quan để thành lập một ê-kíp cày. Không đủ sĩ quan làm trâu, phải bắt công chức chế độ cũ; ngoài ra, còn phải tập cho thanh niên em út của gia đình ngụy quân ngụy quyền làm trâu luôn mới đủ trâu cày. Bộ đồ nghề cày có sẵn, nhưng dây dàm và cây roi không xài tới! Cái ách nhà nghề đẽo cong cong cho vừa cái cổ trâu cũng không dùng nữa, mà cái ách bây giờ phải đủ dài cho sáu người, nhưng cũng không quá ngắn cho "trâu" khỏi đụng nhau. Cây dẽo quá thì oằn, mà dùng loại gỗ cứng quá thì dễ gãy, ngay chính giữa dành cột cây đôi nối với cái cày mà một con người làm việc nhẹ - đàn bà con gái cũng được, không kỳ thị nam nữ - theo sau để thá dí cho khỏi lõi đất. Quý quan chuẩn bị đâu đó xong xuôi, quyết định ngày hôm sau ra quân.

Quen kỷ luật nhà binh, ngay sáng sớm khi mặt trời cách mạng chưa thức dậy, quý quan đã tập hợp điểm danh như trước khi hành quân thiệt hay ít nhứt trong quân trường. Dù được coi là cải tạo tốt mới được cách mạng khoan hồng cho về đoàn tụ với gia đình và làm trâu thế con trâu thật mà cày, nhưng quý quan cũ vẫn chưa bỏ được lối sống tiểu tư sản! Bên đống lửa lùi khoai lang vừa để đuổi bù mắt, còn có café, trà hoa ngâu, và thuốc rê Long Khánh - vẫn hơn dế và thuốc giả trong tù!

Một anh nhìn những sợi khói lửng lơ tan chậm vào không gian, hồi tưởng:

- Như tráng đoàn đi cắm trại!

Anh khác nhớ cuộc tình dang dở và ngày tự nguyện xách ba-lô rào rọ:

- Thật không ngờ! Như giấc mơ!

Một anh ngồi bẹp trước lò dã chiến đang dùng cây que khều khều những cục than hồng, thấm thía về quyết định ở lại vì không nỡ bỏ người yêu. Giá anh đi thì cuộc tình vẫn đẹp:

- Mơ còn có thể gặp em. Ác mộng thì có!

Anh nào đó xổ nho:

- ĐM! Sáng tạo xã hội chủ nghĩa mà!

Cứ nghĩ chuyện chưa đánh đấm đã phải buông

súng, anh khác hằn học:

- Tao cứ ấm ức hoài! Đâu phải mình dở! Phải chi tụi nó giỏi hơn mình và văn minh hơn mình cũng cam! Giải phóng cái gì? Mình không giải phóng nó thì thôi! Sao nó lại giải phóng mình?

Anh Thống vốn ít nói ngồi nghe các bạn thảo luận kinh nghiệm xã hội chủ nghĩa cho đã, hai bàn tay đang vấn điếu thuốc rê. Anh le lưỡi liếm cho mép nó dính lại:

- Tụi bây phải học tánh kiên nhẫn của Nguyễn Công Trứ!

- Thắng không kiêu bại không nản!

- Không phải đâu! "Thắng không kiêu bại không nản!" là binh thư. Còn của Nguyễn Công Trứ là lên voi xuống chó cũng tàng tàng như nhau!

Đang nói, bất chợt anh Thống xuống hò dứt câu sáu vọng cổ, tất cả cùng cười vui vẻ cứ như là ở đơn vị khi xưa. Bề ngoài có vẻ an phận, nhưng trong tận cùng, tuy các anh không nói, người ta cảm giác có cái gì cay đắng mỉa mai!

Anh vừa phát biểu cãi:

- Đảo đời chớ lên voi xuống chó gì? Lên voi xuống chó khác!

Một anh gắp cục than đưa cho Thống:

- Lửa nè, Thống!

Anh khác phê bình:

- Chà! Ngon lành như còn làm sếp!

Anh phân bua:

- Kệ, để tao điếu đóm cho nó! Coi như phần thưởng cho mầm non văn nghệ! Còn sếp tao hả? Đừng có hòng! Chuyện nầy để tụi nhỏ làm!

Không khí mát dịu nhưng ẩm thấp. Nghe mùi cỏ quê hương ngọt lịm từ dưới những bàn chơn đất. Lâu lắm mới nghe lại tiếng chim ríu rít trong tàn cây. Lâu lắm mới gặp lại giọt sương long lanh buổi sớm.

Đến giờ, anh Thống ôn tồn kết luận:

- Thôi bỏ mấy chuyện đó đi! Bây giờ rán hy sinh chịu cực để mai mốt con cháu mình được khổ!

Đồng ý "Bây giờ chịu cực đặng mai mốt chịu khổ", theo sự phân công trước, quý vị sĩ quan chiếu theo nhiệm vụ thi hành mang đồ nghề ra ruộng. Dù có mấy năm kinh nghiệm trong trại, không dễ sắp xếp một dàn cày với sáu người cao thấp không đều nhau. Ruộng dân và ruộng chánh sách trâu đã cày xong, bây giờ dân cách mạng hay có hơi hướng cách mạng lo làm cỏ, bang đất, phản bờ, chuẩn bị đất, trong lúc ruộng ngụy mới bắt đầu. Nước lên cao quá cũng khó cày cho chính xác mà không bị lõi. Cày trâu cách mạng dù gì cũng không bằng cày trâu thiệt!

Không biết anh nào có óc văn nghệ lên tiếng:

- Nếu có máy hình, đứa nào đứng ngoài chụp một pô đặng tao gởi đi tranh giải phóng sự nhiếp ảnh, và đồng thời ghi vào sách kỷ lục Guinness!

Vậy là cả làng Tân Chánh phải học sáng kiến của

mấy anh tù nầy. Quả là hiện tượng lạ lùng, rất mới mẻ, dân miền Nam vốn lạc hậu, từ tạo thiên lập địa tới giờ chưa hề nghe sách vở nào nói, và cũng chưa bao giờ dám nghĩ tới. Cả đám dân cách mạng hồ hởi xem quên thôi. Họ trầm trồ "không ngờ mấy ông ngụy đi cải tạo được cách mạng dạy cho phương pháp tận dụng nhơn lực". Đúng là thời cách mạng, cách mạng quan hệ sản xuất, cách mạng khoa học kỹ thuật,... dưới sự lãnh đạo của đỉnh cao trí tuệ loài người! Trước khi cách mạng thành công, rải rác đã có người mua máy cày nên trâu bán đi cho những vùng khác. Rồi máy cày cũng được cách mạng trưng dụng về nông trại của quý anh lớn trên tỉnh Long An hay ngoài trung ương Hà Nội!

Trong khi Thống và đám bạn tù-ngoài làm trâu cách mạng cày dưới ruộng, cô Nga xăng quần xách dép lội ra quận cách nhà ba cây số làm giáo sư dạy sử địa đệ nhị cấp. Chính nơi nầy trước đây mấy năm, máy cày thế trâu cho nhiều năng suất, thì mới chỉ hơn ba năm sau, viễn ảnh đất nước rừng vàng biển bạc qua cuộc cách mạng vô sản khiến sĩ quan công chức thay trâu kéo cày. Nga tưởng tiền nhơn đời thứ nhứt theo bà tổ Âu Cơ lên núi lập nghiệp đang làm việc. Cô xây xẩm tối mặt như bị máu xâm. Chơn phải đá chơn trái nhiều lần, cố kềm cho khỏi té. Nhưng khi khom xuống lượm đôi dép lại làm rớt cái cặp. Hai củ khoai lang lăng long lóc ra ngoài. Tập soạn bài phải trình cho hiệu trưởng duyệt dính đất lem luốc. Thân 38 ký mà như nặng ngàn cân khiến cô có cảm giác như ngồi trên phi cơ phản lực đang cất cánh. Nếu không nghĩ đến lời chồng chắc cô sẽ bỏ cuộc. Nếu không nhớ tới thái độ của ông cán bộ cách mạng chắc cô đứng dậy không nổi.

Ông cán bộ đó không ai xa lạ mà là bạn học của anh chồng cô. Anh chồng của cô đi học sư phạm làm thầy giáo, còn ông ấy bỏ học đi theo giặc từ những ngày giặc mới nổi. Dù sau nầy khi được tín cẩn ông đi đâu cũng kè kè cây súng sáu bẻ cổ, nhưng người ta vẫn gọi ông là Mười Búa, vì trước kia ông có thói quen xử tử người ta bằng búa. Khi cách mạng thành công, ông Mười Búa còn sống sót trở về làm trưởng ban giáo dục huyện Cần Đước. Trong buổi họp giáo viên quận, ông sỉ vả những cô giáo có chồng cải tạo, trong số đó có cả những cô đã dạy ông ta học. Không biết sự thể thế nào, Mười Búa buộc tội ông thầy của ông ta trước kia là giáo sư Lê Kim Tiếng làm tay sai cho CIA đã chỉ điểm cho Cảnh Sát Quốc Gia bắt mấy đồng chí của ông nằm vùng trong đám học sanh Trường Trung học Cần Đước.

Sau khi qua cái cầu nhỏ xóm Cẩm Hà, cô giáo Nga ghé bệ đá bờ sông rửa chơn mang dép vô trước khi bước lên con đường đá đỏ dẫn tới trường. Đối diện với cổng trường là ngôi nhà cha mẹ nơi cô sanh và lớn lên và ở suốt thời gian dài cho tới khi chồng ở tù trở về.

Bác Tư dịu dàng nhìn con gái khóe mắt đỏ hoe:

- Con có chuyện buồn?

Tự nhiên như hồi còn con nít bị giựt đồ chơi, cô òa lên khóc ngon lành không cầm được. Bác Tư nắm tay con, vuốt mấy sợi tóc trên trán và sau ót ướt đẫm mồ hôi, như những lần cô gặp tình huống khó xử trong đời. Bà chuyên môn may áo dài mà cô giáo con gái bà mặc áo bà ba cũ đi dạy học. Cách mạng thành công mới chừng ba năm mà con gái bà đã thực hiện một bước cách mạng nhảy vọt! Sao nó tiều tụy quá? Dáng dấp nó trông giống cô Hai Đàm bưng rổ bánh khoai mì bán dạo thường ngang qua nhà bà mấy năm nay.

Bác Tư nhẹ nhàng như van lơn:

- Có chuyện gì nói má nghe!

Cô Nga nghẹn ngào ngập ngừng:

- Hồi sáng nầy... mấy ảnh làm... trâu... cày!

Bác Tư chưa hiểu:

- Con nói cái gì trâu cày?

Cô giáo giải thích sáng kiến của chàng rể cho mẹ nghe:

- Không ai chịu cày. Mấy ảnh phải thế con trâu làm con trâu mà cày ruộng!

Sống qua mấy thời kỳ bị giặc đô hộ, Bác Tư có nằm mơ cũng không tưởng tượng nổi với kiến thức của một sĩ quan, dưới ánh sáng quang vinh của cuộc cách mạng vô sản, bây giờ cày thế trâu!

Qua ngấn lệ, bà nghẹn lời:

- Trời ơi! Rồi cày được hôn?

- Con không biết. Nhưng không được cũng phải

được thôi!

Ngừng một chút, cô Nga mỉa mai:

- Cách mạng dạy phải khắc phục mà!

Bà bồi thêm:

- Ờ thì khắc phục. Khắc phục là tự lo liệu. Khắc phục là chịu đựng. Khắc phục là biểu sao nghe vậy mà!

Bác Tư nhìn con. Nó học ngôi trường nầy. Nó học sư phạm rồi có thời gian cũng về dạy ở ngôi trường nầy. Cấp trên của nó có giáo dục và lịch sự chớ không vô học và sỉ nhục giáo sư như thời nầy.

Chợt nhớ ra, bác Tư nghĩ không biết có nên nói hay không:

- Có thằng gì nó nói bạn học cũ của con ghé tìm con.

Cô Nga tỉnh táo:

- Con biết rồi. Nó đã ghé trường.

Bác Tư hốt hoảng:

- Con làm sao?

- Không việc gì má phải sợ! Bộ ỷ cách mạng thì muốn làm gì thì làm sao?

Không biết bác Tư sợ gì nhưng bà vẫn sợ. Chắc bà sợ hơi cách mạng! Không nói rõ ràng nhưng cách mạng muốn làm gì thì làm, ai biết được. Cách mạng đã đưa bác trai đi cải tạo cho dù bác chẳng có dính líu gì tới lính tráng. Làm chủ cái tiệm may áo dài ọp ẹp như vậy mà cách mạng cũng bắt bà đi học chánh sách cải tạo công thương nghiệp.... Theo lý luận của cách mạng thì trong miền Nam ai cũng có tội. Thậm chí mấy người theo cách mạng có con cháu làm công chức hay lính tráng cũng có tội thì còn ai khỏi? Bây giờ thằng bạn theo giặc học chung với nó hồi đó muốn ỷ thế cách mạng đặng cưỡng đoạt đứa con gái của bà nữa sao:

- Má đã nói với nó: Thôi cháu đừng tìm con Nga nữa. Nó đã có gia đình. Hơn nữa, chồng của nó cũng là bạn học cũ của cháu. Đúng ra đạo đức cách mạng dạy cháu không nên tìm nó nữa!

Cô giáo làm thinh. Người mẹ tiếp:

- Nó bảo thằng Thống bây giờ te tưa trụi lủi còn gì nữa? Phó thường dân còn chưa được!

Cô uất ức nổi sung lên:

- Thằng khốn nạn! Đồ vô liêm sỉ! Nếu nó không nói gì, con còn coi nó là bạn. Má đừng lo cho con. Giả dụ Thống có chết trong tù, con có ế chồng đi nữa cũng không tới cái thứ đó!

Nó nói động tới anh Thống là cô giáo không tha thứ cho nó được. Hai vợ chồng hồi học chung một lớp là kẻ thù của nhau, bởi vì cả hai cùng học giỏi, tranh nhau từng tấc đất! Hai kẻ thù thay phiên nhau giựt giải xuất sắc khi trong lớp hoặc khi toàn trường. Hai anh chị gầm gừ nhau cho tới khi cô Nga lên đại học thì hết, vì không còn đối tượng để mà trả thù! Anh Thống tới tuổi động viên phải vào Hải Quân. Trước khi mang ba-lô lên đường, anh Thống thức trọn một đêm, uống ba ly café đen và hút hết hai gói thuốc Bastos xanh, chong đèn ngồi nắn nót viết. Sáng hôm sau, anh ngập ngừng tạt ngang trao bức thơ tỏ tình đầu đời cho cô Nga, mà bình thường anh không có can đảm làm. Bức thơ của kẻ thù ra đi để sầu để nhớ cho kẻ thù ở lại suốt thời gian bốn năm đại học.

Bác Tư không biểu lộ nhưng hãnh diện về con gái, vì trong số các anh chị, tính cô Nga giống bác nhứt: thâm trầm nhưng cương quyết. Từ hồi rất trẻ, bác gái đã cương quyết tuyệt tình vì cái tội bay bướm của bác trai. Thật ra thì bác trai cũng không có tội tình gì trầm trọng cho lắm! Chỉ là văn nghệ văn gừng, nhưng chẳng may bị bật mí! Ở cái tuổi chưa tới ba mươi, người phụ nữ nào không cần một vòng tay đàn ông ôm ấp và chở che, nhưng bác dứt khoát. Sau biến cố, bác trai làm việc ở Sài Gòn, ở luôn trên đó lâu lắm mới về thăm con. Với cái tiệm may áo dài nho nhỏ, một bàn tay bác gái lo cho các anh chị nên người, mà thân cận nhứt là cô Nga. Và cô Nga, giáo sư dạy sử địa lớp Mười Hai, có người chồng sĩ quan sau cuộc đảo đời làm con trâu cày!

Làm trâu cày khi ở tù-trong ù ơ ví dầu thế nào cũng được, nhưng ở tù-ngoài thu hoạch không đủ thì lấy lúa đâu mà đóng thuế cho nhà nước xã hội chủ nghĩa! Có người nghĩ các bà tù-ngoài khổ hơn các ông tù-trong. Ở lâu quá thì các ông liều mạng không cần biết tới ngày mai. Còn các bà ở tù-ngoài một nách mấy đứa con phải chống chọi cùng một lúc nhiều mối hiểm nguy! Cho nên về ở tù-ngoài, quý quan kê vai chia sẻ gánh cái khổ đó cho vợ con.

Ngày đầu mới ra quân quý quan chịu không thấu nên về sớm cho trâu dưỡng sức. Bỏ cái ách ra, con trâu người bị thương nhưng còn gắng gượng lo dọn dẹp vườn tược. Ngôi nhà nầy, cái sân nầy, vườn dừa nầy, những con mương ngăn luống dừa nầy... tất cả không thay đổi nhưng khác xưa. Anh nghe thật rõ ràng tiếng lá xạc xào từng cơn gió đi qua. Anh cảm giác từng cơn gió mát ve vuốt tâm hồn. Nhìn ra thửa đất dưới ánh nắng có sao, một khung trời cách biệt. Ở đó những con người cách mạng đang hồ hởi tiến tới thiên đường xã hội chủ nghĩa theo sách vở vẽ ra!

Ông sĩ quan nằm tại gốc cây không biết bao lâu. Không nhìn thấy tương lai huy hoàng trước mặt mà mơ về quá khứ êm đềm sau lưng. Anh nhớ con đường ướt sương buổi sáng, nhớ cái gò mả đôi tại ngã ba lộ đất, nhớ rặng trâm bầu nhà bác Sáu Tứ thợ mộc, và nhớ buội mắc cỡ ven đường mà một trăm lần như một anh rắn mắc phải đá một cái cho lá nó khép lại.... Đến khi nghe tiếng rửa chân của cô giáo từ cái cầu thấp ngoài ngõ, ông chồng sĩ quan, một tay đang xoa lên cổ đứng dậy bước ra ngoài đón. Trời không còn nắng. Trong cái không khí ảm đạm buổi chiều nhá nhem chỉ còn đủ để nhìn rõ mặt người thân, cô giáo dáng dấp tiều tụy mệt mỏi. Anh Thống nắm tay vợ, an ủi:

- Nga cực lắm hả?

Cô giáo nhìn chồng, thở dài:

- Nga chỉ khổ!

Ông sĩ quan nhẹ nhàng:

- Có chuyện gì vậy Nga?

Cô Nga trấn an:

- Thống đừng lo! Không phải chuyện ở trường đâu!

Ông sĩ quan cố né tránh dấu cái cổ đỏ đang xát dầu dừa, nhưng không qua được mắt cô giáo:

- Thống đưa cái cổ cho Nga xem!

Cái cổ con trâu người làm sao bằng của con-trâu-cổ cày chuyên nghiệp! Cái cổ như cái cổ cò được gắn trên cây xương đòn gánh, bây giờ không gánh trách nhiệm quá trừu tượng mà mang cái ách cho cụ thể, nổi đỏ và sưng phù lên. Cô Nga nghẹn lời rươm rướm nước mắt, gục đầu lên vai Thống.

Một tay vỗ vỗ lên lưng Nga, anh Thống an ủi:

- Hồi trong tù, Thống còn cực hơn nữa!

Cô Nga im lặng nuốt những giọt lệ. Anh Thống tiếp:

- Ruộng tù đang cày, phân người nổi lềnh bềnh. Chúng nó gọi là phân Bắc.

Nga lại im lặng. Tiếng cười của Thống méo mó:

- Ruồi nhặng bay đầy! Riết rồi mũi mình hết biết mùi luôn!

Cô Nga buồn mửa như bị thai hành. Thống không thêm lời nào. Ánh mắt ông sĩ quan đanh lại. Chuyến hải hành thằng bạn nói hôm nọ hiện ra trước mắt.

Anh Thống cụng trán vợ thì thầm:

- Nga à! Mình phải đi!

Cô Nga với tay bá cổ anh Thống chia sẻ và tìm sự an ủi. Hai vợ chồng ôm nhau, im nghe hai trái tim cùng nhịp đập.

■ nhuận sắc 5/11/2023

# gặp lại cố nhân

Anh Đông rời bàn đi tới chỗ một người mà anh nghĩ là quen. Bốn mắt nhìn nhau hơi ngỡ ngàng một chút. Đông lên tiếng trước:

- Có đúng là tôi không lầm phải hôn?

Chắc chắn là Đông không lầm anh Phương được rồi! Người đối diện tướng tá lớn con, nước da ngăm ngăm, đôi chơn mày rậm, và đặc biệt hai cái răng cửa hàm trên lớn hơn những cái còn lại rất nhiều. Anh Phương gần năm mươi tuổi mà trông còn tráng kiện như khoảng bốn mươi. Thêm một cái nốt ruồi bằng hột tiêu nơi khóe môi, anh có vẻ duyên dáng, đàn ông nhìn còn thấy thích muốn làm quen. Đứng dậy, cũng bắt tay, nhìn Đông chăm chú cố nhớ lại hình ảnh một người bạn, nhưng anh Phương còn phân vân chưa nhận ra ai là ai, buông tiếng:

- Sao thấy quen quá!

- Ờ quen! Nhưng trông già quá phải hôn anh?

Anh Phương vẫn chưa nhận ra một thằng lính mới mồ côi mặt búng ra sữa không có một tổ ấm - dù là tạm - để bay về suốt thời gian quân trường. Ngày thường, Đông học chăm cứ như học trò gạo thi, cuối tuần thì luôn tử thủ tại thư viện. Buồn quá thì theo đám bạn bè đi trực lô cốt bảo vệ vòng đai quân trường. Làm gan chút nữa thì gác thế cho bạn dù về với vợ con hay đi chơi với người yêu.

Sau khi Đông nói tên thì anh Phương la lớn:

- Hê! Thằng Khờ, Thằng Đông Khờ!

Anh Đông Khờ tiếp theo:

- Quả là trái đất tròn, chúng ta cũng còn có ngày gặp nhau!

Anh Phương mừng rỡ đứng dậy ôm chặt người bạn vong niên gọn trong vòng tay. Chừng như anh quá xúc động, không nói một lời nào. Chợt khựng lại một chút, rồi vỗ vỗ lên phía bên vai trái chỗ cái xương đòn gánh gãy, anh Phương nghẹn ngào:

- Sao mầy... mầy ra nông nỗi nầy?!

Đông hiểu sự thông cảm lẫn thương hại của một người bạn, đồng thời như một người anh:

- Chúng nó đập tôi mềm xương tưởng chết, không ngờ Tử Thần tha!

- Trốn trại hay đấu lý với tụi nó?

- Trốn trại ra đi được một ngày rồi bị bắt!

Đông lại tiếp để phá tan không khí ảm đạm:

- Tha phương ngộ cố tri, mà lại ở xứ cờ hoa nầy mới lạ phải hôn?

Sau một hồi rồi anh Phương lại cũng bô bô như ngày xưa:

- Sập tiệm ở tù mút chỉ có gặp đứa nào đâu! Làm sao mà dám nghĩ tới chuyện đi Mỹ!

Lại hỏi:

- Mầy...

Chợt thấy lỡ lời giữa đám đông, nhứt là trước mặt những người trẻ, anh Phương đổi cách xưng hô, hỏi trống không:

- Ở trong đó có gặp thằng nào quen hôn?

Đông lắc đầu:

- Không! Nhưng gặp đủ quân binh chủng. Liên quân mà! Còn anh? Sẵn phi cơ sao không đi để đến đổi nầy?

Anh Phương không dằn được, lại xổ nho:

- Đ.m. Tại quá yêu nước!

Yêu nước nên anh Phương ở lại xây dựng đất nước! Anh tưởng không đến đổi nào. Thiếu gì gia đình trong miền Nam có người đi tập kết mà vẫn đâu có sao. Con cái của họ học hành đàng hoàng, có khi làm lớn trong chánh quyền nữa. Bạn anh, thằng Nguyễn Tự Do, còn đi sĩ quan lại giữ kho súng! Nếu không có trận "cháy nhà" năm Mậu Thân thì đâu có lòi cái "mặt chuột" của nó ra! Còn gia quyến bà xã anh di cư vào Nam năm 1954 nên rành cái vụ nầy quá. Chị Thúy thúc giục nhưng anh Phương phản đối! "Nước mình không ở, bỏ đi đâu?!". Cuối cùng thì chị Thúy không nỡ bỏ anh Phương lại mang hai đứa con mà đi cho đành! Tới khi ở trại chừng khoảng một năm thì anh mới thấm thía về cái quyết định của mình trước kia!

Anh Phương nhìn mông lung ra ngoài. Lúc nầy nắng hơi dịu xuyên qua những khe hở cành lá đong đưa tạo thành những điểm lốm đốm nhảy múa dưới sân. Đồng hương bắt đầu tới lai rai tự tìm ghế ngồi, chừa chỗ dành riêng cho khách quan trọng được mời. Đại đa số người tham dự là gia đình và những cựu chiến binh từng trui rèn trong lò cải tạo lao động! Với bộ veston cũ lỗi thời, họ còn vẻ ngơ ngác với môi trường mới. Anh Phương lại nhìn lên khán đài có giá cờ một bên và phía trước là Đài chiến sĩ "Tổ Quốc Ghi Ơn", nơi mà lát nữa đây được đặt vòng hoa tưởng niệm những người đã hy sinh cho lý tưởng tự do.

Nét mặt trầm hẳn xuống, lắc đầu với cái cười chua chát, anh nói như than vào hư không:

- Tự nhiên buông súng!

Hiểu và thông cảm cái cười chua chát đó, Đông ngậm ngùi không biết nói gì hơn. Cả hai người bạn già đều rưng rưng. Anh Phương nắm tay Đông dắt lại bàn, xích ra một chút, kéo một cái ghế trống bảo ngồi gần anh, giữa anh và một người con gái mặc áo dài vàng có ba sọc đỏ chạy xéo từ trên xuống dưới, trông vừa quý phái như một mệnh phụ và vừa uy nghiêm như một giới chức cao cấp. Cô gái nhìn anh Phương, rồi đưa mắt qua anh Đông không nói mà chỉ gật đầu chào. Như cái máy, anh Đông làm thinh chào lại, không biết phải xưng hô thế nào. Thoạt nhìn, Đông không có ý thức chính xác về tuổi tác của cô.

Và có hơi bất lịch sự một chút, Đông kề tai anh hỏi nhỏ. Bây giờ anh Phương mới sực nhớ ra là đã quên giới thiệu đứa con gái tên Phương Hồng, đang học đại học. Lúc anh Đông quen anh Phương thì hình như anh Phương và chị Thúy chỉ có hai thằng con trai kia mà! Có tới nhà mới biết cuộc sống của anh chị đạm bạc mà mấy đứa nhỏ cứ lớn mau như thổi. Ăn cơm chan nước tương mà tụi nó nuốt như cò ăn cá mùa nước rong. Sao Đông lại không nhớ anh ta có một đứa con gái lớn như vậy?

Biết ngay là Đông hơi thắc mắc, anh hẹn:

- Chuyện dài dòng lắm....

Anh Phương đề nghị lát nữa sau khi Phương Hồng hát bản hợp ca và trình diễn xong màn kịch ngắn lịch sử Trần Bình Trọng thì "mình biến sớm" tới một tiệm Việt Nam có muốn ăn gì thì ăn, còn nếu không thì uống cà phê phin thật là phê! Ở đây có nhiều nhà hàng nhưng đa số là của Tàu anh không thích. Đông biết anh vẫn kỳ thị lâu rồi. "Cười hề hề nhưng nó móc ruột mình lúc nào không hay!" Trước khi đứt phim, anh tiên đoán đúng là trong đám tụi nó có tổ chức ngoại vi Hoa kiều vận của giặc. Theo anh, chúng nó đồng hóa mình bằng cách xâm nhập văn hóa và lũng đoạn chánh quyền bằng kinh tế và tham nhũng. Nó như vết dầu loang lan dần tới một lúc người mình sính mặc đồ Tàu, sống theo Tàu, hát nhạc Tàu..., lầm tưởng tổ tiên mình là người Tàu và thuộc lịch sử Tàu hơn sử Việt Nam!

Anh Đông chỉ nhỏ hơn anh Phương chừng ba bốn tuổi nhưng khoảng cách một trời một vực, nên bạn bè mới đặt thêm cho Đông cái hỗn danh Thằng Khờ hay thằng Đông Khờ! Khi nhập trại, không có người đưa tiễn bịn rịn cầm tay nhau không nỡ rời như trong thơ văn, anh Đông chỉ là một tên lính mới tò te, tình nguyện vì bất khả kháng, mang theo người một cuốn sách, cái khăn tắm, cái bàn chải đánh răng, và mười một đồng bạc. Một hai ngày sau mới được lãnh quân trang. Anh Phương cám cảnh con bà phước nên chia sẻ tư trang mà dùng. Thế cũng tạm an ủi rồi, nhưng không biết anh Phương kết Thằng Khờ ở chỗ nào còn cho tiền xài vặt nữa!

Cùng chung trung đội, anh Phương và anh Đông quen rồi thân nhau từ những ngày bắt đầu đời lính. Vì thích bộ đồ áo liền quần nhiều túi mấy ông chiêu mộ trình diễn nên anh Phương tình nguyện sang Không Quân. Sau giai đoạn I gắn Alpha thì chỉ còn một mình Đông bám trụ tới cuối mùa. Ra trường về một đơn vị ở Biên Hòa, nơi mà anh Phương cũng lại về sau đó. Chuyện tình duyên gia đạo của anh Phương thì Đông đã nắm lòng nhưng đoạn cuối cuộc tình thì quả thực Đông còn thiếu sót vì lúc đó anh đã về tòa soạn một tờ báo quân đội. Đông cho là có một sự lầm lộn gì đây từ Bộ Tổng Tham Mưu. Cái kiểu lanh lợi hoạt bác như anh Phương thì phải là lính "Con Tôm Con Tép" mới đúng chớ không phải là Đông!

Vẫn như ngày nào, cà phê và thuốc lá là bạn đường thân thiết nhứt của hai người. Nhìn cái quán từ bên ngoài không cần học cao cũng hiểu nó mang sắc thái dân tộc, thấy gần gũi và quen thuộc như chính trên quê hương mình. Cách trang trí rõ ràng theo văn hóa Việt Nam: cảnh chùa Một Cột, chợ Bến Thành, bến Ninh Kiều..., và một bức tranh Kéo Lưới tả cảnh chiều trên bến nước Cần Giờ của Kha Lăng Đa. Có một khu nhỏ tách biệt ra dành cho những người khách muốn tìm sự yên lặng. Và vài người ngồi tản mác ở góc kia. Một nhóm đánh cờ tướng, chắc là khách quen. Nhìn sơ qua quang cảnh, anh Phương biết ngay là vùng nầy người Việt mình không ủng hộ người mình!

Châm điếu thuốc, anh Phương kiểu cọ thổi thành hình những chữ O từ nhỏ tới lớn, khói như lắng đọng ít giây, rồi lãng đãng tan dần. Anh Phương bắt đầu kể rằng năm đó trên chuyến xe đò về Sài Gòn thi một chứng chỉ Luật Khoa, anh tình cờ, "nói tình cờ cũng không đúng vì tôi cố tình mà!" quen một người con gái về thăm bà nội. Anh lịch sự gật đầu chào cô gái làm quen khi cô loay quay ở cửa hông. Bực bước lên hơi cao một chút như thường thấy ở hầu hết xe đò Tam Hiệp Sài Gòn - Biên Hòa lúc bấy giờ. Thấy nàng khó khăn anh đỡ nàng lên. Và anh cũng "tình cờ" ngồi kế nàng!

Cô Phương Hồng cười:

- Ba quen mẹ toàn do tình cờ không!

Theo anh Phương thì nàng không đẹp như hoa hậu hay như các nàng tiểu thơ đài các trong tiểu thuyết, nhưng....

Phương Hồng xen vào:

- Tới bây giờ ba vẫn thường khen mẹ đẹp lắm mà!

Anh Phương cười có vẻ thương hại tiếp lời con gái:

- Ba chỉ nói cho mẹ con vui lòng thôi! Nhưng mẹ con có cái duyên ngầm, càng nói chuyện càng thấy thích thú và có cảm giác say mê êm đềm như được xoa dịu, tới khi về nhà rồi phải thấy nhớ nhung luyến tiếc!

Anh lại dạy con gái:

- Mình con gái phải ý thức được nhan sắc của mình. Đừng tin những gì đàn ông người ta nói. Tuy nhiên, biết là người ta nói lấy lòng, nhưng mình vẫn thích phải không con?

Cô gái chỉ cười. Đông Khờ ngứa miệng:

- Nói như anh thì ra đàn ông người ta xạo hết à?

- Không hẳn như vậy. Chuyện nầy cũng như đánh trận: có thực có hư, và tùy cơ ứng biến. Như anh biết tôi có tài đánh trận, không đánh thì thôi mà hễ xung phong là phải chiếm được mục tiêu!

Vừa hào hứng kể, anh Phương nhìn thẳng vào mặt anh Đông để tìm sự đồng tình và tán tụng, nhưng anh Phương ngạc nhiên:

- Trời ơi! Lại mắt giả hả?!

Anh Đông nhỏ nhẹ:

- Gãy cái xương vai, đui một con mắt....

- Còn gì nữa hôn?

- Còn nhiều nữa, kể sao cho xiết tội của chúng!

Nhìn cái vai xệ một bên và con mắt giả của Đông, anh Phương nhớ rõ hồi xưa Đông Khờ cũng đâu có tệ đến đỗi như thế nầy! Bởi vì đẻ thiếu tháng nên anh Đông nhỏ con, nhưng nhan sắc trên trung bình không cần đi mỹ viện! Chỉ tệ một điều - mà điều nầy quan trọng tới quyết định cả cuộc đời - là hơi khờ: đối diện với con gái thì run và tự nhiên nói cà lăm! Vậy mà làm thơ tình ướt át như là dang dở bao nhiêu lần, như là bị cho leo cây mấy chập. Anh Phương hay nói với Đông Khờ, "Mầy chỉ yêu hàm thụ!". Anh Phương "thấy tội" Thằng Khờ quá, bèn dắt về nhà giới thiệu với cô em vợ chẳng mặn mà gì cho lắm, chỉ mới học đâu khoảng đệ tam đệ nhị, mà cuối cùng cũng chẳng nên cơm cháo gì!

Anh Phương cười kể tiếp: Chỉ ngồi ngoài đường uống nước nói chuyện "tào lao trên trời dưới đất", rồi tạm biệt. "Mới đá lông nheo"! Vì ngày rời Sài Gòn so le nhau nên hai người hẹn gặp vào một ngày khác ở Biên Hòa. Đa số quan bay nhà ta chuyên môn ăn cơm tay cầm và xách một bịch trà đá đi bay lại thêm cái màn hẹn đào mới rắc rối chớ! Anh Phương phải vất vả lắm mới thuyết phục được mấy thằng bạn, cũng te tưa như mình, mượn tiền dằn túi. Lòng mừng khấp khởi như thiên thần được chắp cánh, như được quà mẹ đi chợ về, như lúc mẹ cho tiền đi học.

Tính toán chắc ăn đâu ra đó rồi mới đi tới điểm hẹn:

- Trời bất dung gian cho tôi. Nàng dắt theo một đứa em trai nhỏ ý chừng để hộ vệ chăng hay bị bắt buộc phải cho nó theo để làm ăng ten? First date mà tôi không đủ tiền trả phải thế cái đồng hồ Sinco bà chị tặng hồi tôi thi đậu vào Đệ Thất. Thật là mất mặt, nhưng cũng may cho tôi là nàng không biết một tí gì cả!

Mãi nửa tháng sau anh Phương cũng chưa có

tiền chuộc lại cái đồng hồ ấy rồi quên bẵng luôn, vì anh dùng tạm cái đồng hồ phi hành dạ quang, thì một bữa chị Hồng cười cười trao cho anh một cái gói nhỏ, nói là món quà tặng anh. Anh Phương âu yếm hun chị Hồng một cái rồi hăm hở mở ra, thì tá hỏa tam tinh, tưởng như bị trúng đạn phòng không! Hóa ra chị Hồng đi guốc trong bụng mà anh không biết! Đông nghĩ chắc chị Hồng hiểu và thông cảm hoàn cảnh lính tráng của anh Phương, còn anh Phương thì bắt chước một nhơn vật chánh trị xưa ngửa mặt lên trời mà rằng "Sanh ta ra là cha mẹ ta, hiểu ta không ai bằng Thu Hồng!"

Rồi anh hừng chí huênh hoang:

- Mầy thấy hôn, thiếu đạn dược mà tao vẫn chiếm được mục tiêu như thường. Đúng ra tao phải được bầu làm chiến sĩ xuất sắc năm 1972 để đi du hí Hồng Kông và Đài Loan mới đúng!

Dĩ nhiên đệ tử Đông bái phục sư phụ Phương từ trước tới nay, mà còn chưa đáng đệ tử ruột nữa! Anh Đông Khờ hồi xưa con trai mới lớn sợ con gái đã đành; bây giờ thì tật nguyền tàn tạ quá lại lỡ thời thì đàn bà con gái nào muốn để mắt tới ông già gù gác chuông nhà thờ! Trái lại anh Phương đi tù về mà vẫn còn phong độ như ngày xưa. Lại mồ côi vợ mới tốt cho đường tình duyên! Nhưng anh tâm sự rằng trong thời gian ăn ở với nhau, hai người không được hạnh phúc trong cuộc sống vợ chồng, "Có thể là lỗi ở tôi cũng nên!". Có rất nhiều chuyện hai người không hợp nhau. Anh lại ham chơi, coi trọng bạn bè hơn gia đình, và nhứt là sống bạt mạng!

Thời gian đó tình hình chiến sự găng, anh thường hay tình nguyện trực đêm và bay thế cho bạn bè. Anh bảo đàn ông đã có gia đình chắc thông cảm được chuyện nầy. Các bà thường cho rằng đàn ông hay đổ thừa hay là nguỵ biện cho tánh ong bướm của mình, nhưng chỉ có người trong cuộc mới có thể hiểu được mà thôi! Gia đình nhà vợ không bằng lòng cho anh đưa vợ con lên đơn vị sống, sợ bị pháo kích, và ngán cảnh xô bồ ở khu gia binh. Ngày nghỉ, anh Phương về với chị trong căn nhà tuy có rộng lớn đấy, nhưng vẫn chật chội trong tầm nhìn của anh. Anh chán cái cảnh hỗn độn ăn nhờ ở đậu bên nhà vợ đông người. Vì chị Thúy không dám vượt khỏi lằn ranh đạo hiếu nên chị Thu Hồng mới vô tình xen vào giữa hai người.

Nhưng cuộc tình nồng cháy của anh Phương với chị Hồng kéo dài được chừng hai tháng thì bỗng dưng chị Hồng mất tích luôn, không nói một lời từ biệt. Con đường đá đỏ cặp hông nhà thờ dẫn tới ngôi nhà cửa đóng then gài bây giờ con nít vẫn tụ tập bắn đạn dưới tàn những cây phượng cổ thụ. Chúng nhìn anh Phương bằng đôi mắt ngỡ ngàng, mà trước đây rất thiện cảm khi anh đi với chị Hồng. Lá hoa héo úa rơi đầy sân gạch phía trước. Người hàng xóm cho biết là gia đình đã dọn đi, mà không biết đi đâu. Không có một dấu tích nào để theo dõi truy tìm. Anh Phương thật sự thất tình như lần đầu tiên biết yêu!

Anh Phương ngó sang Đông:

- Không phải thất tình hàm thụ như mầy đâu! Tao như người mất trí đến nỗi bà chị cho là tao điên chữ. Không dám đâu! Tao học hành chập chờn chớ có siêng năng gì cho lắm! Tao tìm quên trong chiến trận và trong sách vở. Đi bay thì thôi mà hễ ngồi vào bàn học là hình bóng Thu Hồng như lẩn vẩn xung quanh.

Sau nầy chị Hồng tâm sự lúc ấy chị cũng như người điên. Anh Đông đâu hiểu được sức hút mãnh liệt của trái cấm như vậy. Chỉ ba bốn hôm không gặp anh Phương là chị Hồng như muốn chết! Ngồi chờ đợi tới phiên mình trong văn phòng Dân Sự Vụ, chị tưởng mình mơ một cơn ác mộng, khi một người phụ nữ với hai cháu bé nhờ nhơn viên gọi giùm ông xã, Phi đoàn 112. Câu trả lời Vũ Thị Thúy là vợ của Trung úy Nguyễn Thanh Phương khiến chị tối tăm mặt mũi. Che dấu nỗi xúc động, chị Hồng âm thầm lặng lẽ rút lui, "Lạy Chúa, xin tha tội cho con đã xen vào cuộc tình giữa hai người đang yêu nhau."

Anh Phương tự trách:

- Chắc nàng hận tôi lắm và cho tôi là thằng sở khanh. Tôi nghĩ nàng đã bỏ cuộc trước khi xung trận chớ nếu nàng kiên trì thêm một chút nữa thì có thể cuộc diện sẽ thay đổi khác đi!

Anh Phương nhìn con gái, phân bua:

- Thực tình mà nói thì ba có hơi đèo bồng một chút nhưng ba dám thề là ba đã yêu mẹ con tha thiết. Ba đã thực sự rung động trong tình yêu của mẹ con mà ba chưa hề có đối với người vợ trước.

Trong thời gian anh Phương ở tù, chị Thúy và các cháu vẫn nương náu ở gia đình ngoại, mà tài sản của "tên tư bản Bắc kỳ Công giáo di cư" bị tịch thu gần hết, chỉ còn lại một căn nhà duy nhứt. Cuộc sống ngày càng khó khăn, chị theo xe hàng đi buôn vất vả nuôi các cháu sống qua ngày. Lại giành giựt, hiếp đáp, mạnh được yếu thua như hồi thế kỷ trước. Đó là chưa kể tới màn bị đám tài xế lợi dụng sách nhiễu tình dục! Không quen với cảnh ngược xuôi, chị quá mệt mỏi và chán chường. Như người sắp chết đuối giữa biển khơi, chị vớ được cái phao khi có người rủ vượt biên.

- Tôi không nghĩ nàng đoạn tình đến đỗi phải không cho tôi gặp mặt con. Có thể tôi có lỗi với nàng thì nàng dứt tình. Cũng được đi! Nhưng đối với các con, tôi đâu có làm gì sai. Bốn đứa con của người chị bà con cô cậu tôi mất tích trên biển cả cứ ám ảnh tôi hoài!

Cuối cùng thì anh Phương chỉ còn một đứa con gái duy nhứt. Sống nửa thế kỷ rồi mà gần mười năm trong trại tù thiếu đủ mọi thứ chắc gì có khả năng kiếm thêm một thằng con trai! Anh tỏ vẻ lo lắng nói với anh Đông:

- Còn mầy! Đợi chờ gì nữa? Tính chuyện lập gia đình đi chớ chẳng lẽ vác xe không chạy vòng vòng hoài!

Anh Đông ngán ngẩm:

- Lúc mang hia đội mão mà không ai quan tâm, bây giờ thân tàn ma dại còn tương chao gì nữa!

- Nồi nào vung nấy: Chí Phèo thì có Thị Nở, ông ạ!

Anh Đông lắc đầu:

- Ở ngoài nầy thiếu gì Thị Nở, nhưng tôi coi khinh, bởi vì tôi đâu phải là Chí Phèo. Tôi chỉ mơ Mỵ Nương nhưng tiếc là tôi không có cái tài như Trương Chi!

- Cũng vẫn có người có tâm hồn. Đặc biệt họ sống về nội tâm nhiều hơn là bề ngoài!

- Nhưng mình tàn tạ quá! Lỡ gặp Mỵ Nương thì càng phũ phàng thêm!

Anh Phương chán nản:

- Thôi tùy mày! Tụi mình hụt làm cột chèo một lần rồi!

Khi quen cô em gái chị Thúy, thời buổi chiến tranh, đa số thanh thiếu niên yêu cuồng sống vội mà anh Đông Khờ lại "thuyết trình" về một xã hội công bình và một tình yêu lý tưởng thì quả là lạc đề! Anh Đông tiếc rẻ:

- Hồi đó có thể là chị Thúy chán tôi khờ quá, không thích tôi nên không nói vô mà lại bác ra!

Khi chị Thúy bước thêm bước nữa, hầu hết mọi người trong gia đình phản đối nhưng anh Phương không hề có một lời oán trách chị Thúy vì anh nói anh không dám và không được phép làm vậy:

- Tôi ham chơi không lo gì cho gia đình. Sống thiếu trước hụt sau, tới khi tôi đi ở tù thì cũng kể như khánh tận luôn! Tôi vẫn thường nói với Thúy là sau ba năm thì cứ coi như tôi đã chết, nàng có thể tự quyết định cuộc đời.

Chị Thúy đã quyết định số phận của chị và cả các con của anh chị nữa. Đặt ván bài ba mạng con người, chị chấp nhận hy sinh một cái nhỏ - lòng chung thủy với chồng - để đạt được mục tiêu lớn hơn cho hai thằng con trai. Trót lọt, chị hy vọng có thể đền bù sự mất mát cho anh Phương, nếu sau nầy hai thằng con nên người. Nhưng chuyến ra khơi biền biệt. Đến bây giờ không ai biết chuyến tàu ấy đi về đâu, và đậu bến nào! Một cái chớp mắt hai mươi năm. Cứ ngỡ như trong mơ! Gia đình thì tan nát rồi, nhưng hình ảnh hai thằng con trai kháu khỉnh, trái lại, ngày càng dằng dật tâm hồn anh!

Từ ngày ra đi tới lúc trở về, anh Phương chưa hề gặp mặt hai đứa con. Nếu không có ngày đổi đời năm 1975, thế nào anh chị cũng sẽ có thêm một đám quý tử sắp hàng từ lớn tới nhỏ sau hai thằng con trai đầu sanh năm một. Hàng xóm ai cũng nói chúng nó giống cha ở phương phi tốt tướng, lại giống chị ở cái nhan sắc trời cho. Và đặc biệt nét mặt vui tươi lúc nào cũng như muốn cười. Người lạ lỡ thấy một lần chắc chắn muốn nhìn lần nữa. Như để tạ lỗi với hoàn cảnh éo le và bất công của chị Thu Hồng, tạo hóa còn biết điều gom một phần những nét đẹp quyền quý tự nhiên dành cho Phương Hồng.

Vốn có cái nhan sắc mặn mà, dù sống trong chật vật nhưng Phương Hồng vụt lớn lên trước tuổi như một loài hoa dại trong đám nữ sinh Ngô Quyền học lớp Anh văn chui. Lần đầu tiên gặp con bé Hồng, anh Phương ngạc nhiên cứ tưởng là Thu Hồng, nghe như sét đánh mà không phải là tiếng sét tình yêu.

Anh Phương mơ màng:

- Vẫn giọng nói ấy, vẫn nụ cười ấy, vẫn tánh hiền hòa ấy, vẫn con người ấy!

Anh lẩm bẩm "Giống nhau như hai giọt nước!":

- Và tự nhiên tao cũng có thoáng chút nghi ngờ, nhứt là cái tên nghe như tên tao và của Hồng ghép lại!

Tại cái quán café Ca Dao nơi Ngã Ba Thành ấy, hai người hai thế hệ thường ngồi dựa vào vách nhìn dòng đời tấp nập chảy xuôi qua hàng bông sứ ven đường vào những ngày "đổi mới". Đó là con đường Hưng Đạo Vương đổ dốc xuống nhà ga Biên Hòa, nơi có cái quán café Mai của "Chú Tư Cầu" ngày xưa là điểm hẹn với chị Hồng, để đánh lạc hướng bà ngoại! Và ngược lại phía bên nầy là đường Phan Đình Phùng tới một khoảng nữa quẹo vào Thành Tây cũ quen thuộc, đi ngang qua Ty An Ninh Quân Đội và Phòng Tuyển Mộ Nhập Ngũ của tiểu khu. Vào sâu bên trong chút nữa là khu nhà thờ, cạnh nhà chị Hồng lúc hai người yêu nhau.

Và trong suốt thời gian quen Phương Hồng, anh Phương sống với chị Thu Hồng trong mộng. Còn con bé Hồng bỗng dưng cảm thấy quen anh Phương từ trong tiềm thức, thân yêu lẫn kính trọng. Gần gũi và thân mật như bạn mà không sỗ sàng, ngưỡng mộ như thần tượng mà không quá cao xa. Cô không nhớ hay là có lần cô tình cờ thấy tấm hình mà mẹ còn cất giữ đâu đó, hay nhìn trộm trong tận sâu kín tâm hồn của mẹ? Những người tin có thế giới vô hình cho là một mối dây tâm linh ràng buộc hai người. Mặc dù anh Phương không khẳng định được là anh có yêu Phương Hồng hay không nhưng ai cũng hiểu hình như là tình yêu, một thứ tình yêu thánh thiện! Nhiều lần anh tỏ ý muốn thăm gia đình nhưng nàng cứ lần lữa mãi. Hay nàng sợ mẹ biết được nàng dính líu cái chuyện yêu đương khi còn quá sớm? Nàng trả lời là không có cha và cũng không biết, chỉ còn mẹ, hơi bất tiện!

Một bữa đi học về thấy mẹ vui, nàng ngây thơ khoe:

- Con biết yêu rồi mẹ ạ!

Chị Thu Hồng ngạc nhiên:

- Con nói cái gì? Ai dạy mà con biết?

- Tự nhiên biết!

Trìu mến nhìn con, chị Hồng cười:

- Tự nhiên biết? Mà con có người yêu chưa?

Nàng trả lời như nói giỡn chơi:

- Có rồi!

Sau khi điều tra con gái, chị Thu Hồng hoang mang thật sự. Chị hết hồn giục:

- Mai mốt con đưa về cho mẹ xem mặt?

Tới khi nàng đưa anh Phương về nhà để làm quen với gia đình thì anh gặp lại Hồng thật, Thu Hồng của mười mấy năm về trước. Rồi sau khi bỏ cuộc, chị Hồng sống âm thầm với một tình yêu không trọn vẹn. Dưới áp lực và cũng để giữ sĩ diện cho gia đình, chị Thu Hồng đành phải lấy người bạn học cùng lớp làm thầy giáo đang đơn phương yêu chị và chấp nhận cái bào thai trong bụng.

Trong khi Phương Hồng sửng sốt thì chị Thu Hồng rướm lệ:

- Anh có biết nó là con của anh hôn?

Và chị ngượng ngùng hốt hoảng:

- Hai người có gì chưa?

Bây giờ đến lượt anh Phương lỡ khóc lỡ cười. Mặc dù nghi ngờ nhưng anh Phương cứ mong rằng không phải! Sao tạo hóa khéo trêu ngươi! Suýt chút nữa anh phạm một tội tài trời mà không một thứ luân lý đạo đức nào có thể tha thứ được! Dù có chuẩn bị tâm lý, anh Phương lặng người đi một lúc tới khi Phương Hồng lên tiếng:

- Không có gì đâu, mẹ à!

Được giải tỏa mặc cảm có lỗi với con, chị Hồng úp một bàn tay lên ngực, thở phào nhẹ nhõm:

- Lạy Chúa! Nếu không, Trời ơi tôi phải làm sao đây!

Anh Phương lấy lại bình tĩnh, nhìn chị Thu Hồng nửa thương nửa trách:

- Sao em không tìm anh?

Chị Hồng quay đi tránh ánh mắt anh Phương và cũng che dấu niềm hối tiếc về một chơn trời hạnh phúc vượt khỏi tầm tay, thở dài có vẻ chịu đựng:

- Thôi vỡ lỡ hết rồi. Khơi chi ngọn lửa cháy ngầm!

Chị cố nén nhưng đóm than hồng vẫn âm ỉ chỉ vì

chị tưởng anh Phương còn đang vướng bận thê nhi! Và tới một ngày cả hai người cùng mong đợi, nó đã cháy bùng lên nung nóng hai con tim rực lửa. Anh Phương không dám nghĩ rằng hai anh chị may mắn là "người ấy" đã qua đời trong biến cố năm 1975 cho nên mới có ngày tái hồi kim trọng!

Anh Phương cười:

- Chuyện vợ chồng chúng tôi tưởng như mơ hóa ra là thiệt. Gần hai mươi năm sau mới gặp lại cố nhân! Và bây giờ thì chúng tôi yêu nhau như lúc mới quen trước Mùa Hè Đỏ Lửa!

Anh cảm động nhìn thẳng Đông Khờ:

- Còn cố nhân nầy nữa! Hơn hai mươi năm mới gặp lại. Nay thân tàn.... Tao coi vậy mà may mắn hơn. Xin chia buồn với mầy!

Anh Phương nắm chặt tay anh Đông:

- Nhưng còn một món nợ tao phải tính sổ với tụi nó!

Hai người nhìn nhau. Anh Đông Khờ bóp chặt tay anh Phương.

■ nhuận sắc 5/11/2023

# mơ miền đất hứa

** Thân tặng Hồng Lạc*

Sau khi vượt biên nhiều lần thất bại, anh Thái bàn với bà xã:

- Hay là cho hai thằng nó đi!

Mặc dù gia đình hai bên không bằng lòng nhưng anh chị vẫn lấy nhau từ thuở học trò, cái thời mà người lớn nhìn họ vẫn xem là con nít. Vậy mà trong vòng sáu năm, vợ chồng sanh được bốn đứa. Gái trai có đủ và xen kẽ nhau, hai với hai là huề vốn! Dù thời chinh chiến, họ sống yên vui, nhưng chẳng bao lâu thì *tận thế*, và anh bị đày xuống từng thứ chín địa ngục. Và lúc anh được thả về, người ta nói nhờ ông bà ăn hiền ở lành, thì mấy đứa nhỏ đã khá lớn!

Con gái thì sợ theo kiểu con gái, nhưng anh đang lo hai thằng con trai mà sống trong cái xã hội chủ nghĩa nầy thì quả là quá ư nguy hiểm! Một thằng đang học trung học mà sắp tới tuổi nghĩa vụ quân sự, không khéo bỏ thây bên Miên lót đường cho chánh sách diệt mầm hậu hoạn của đảng. Hồi mới, nhà nước nói vinh dự lắm mới được làm bộ đội nhân dân, chớ bây giờ cần người chết thế thì con "ngụy" lại càng lý tưởng!

Thằng con lớn đang yêu đời không muốn chết

lảng góp ý:

- Con có thằng bạn chết mất tiêu mà nó đâu có báo cho gia đình biết!

Anh Thái nổi cơn:

- Con của bọn mình mà chết cho mấy thằng khốn nạn đó thì không còn gì đau cho bằng!

Mỗi lần như vậy, chị ngó dáo dác rồi than phiền:

- Anh hay ăn nói bừa bãi! Coi chừng tai vách mạch rừng!

Là công dân Việt Nam Cộng Hòa nhưng ở tù về anh chưa có quyền công dân xã hội chủ nghĩa. Thậm chí người Nam bộ còn trở thành phó thường dân, huống gì anh. Biết tánh ồn ào và ăn nói bạt mạng của anh, chị sợ anh vô *hộp* trở lại nên đành bấm bụng kiếm đường cho anh đi. Nhưng chắc tại anh không có số đi ghe nên mới tính tới hai thằng con.

Thằng Quan năn nỉ chị:

- Một là con nuôi má, hai là con nuôi cá, ba là má nuôi con!

Trong ba điều, chỉ có một chết - liều mạng, một ở tù - có ngày ra, còn cửa thứ nhứt là huy hoàng! Thấy ông Nghệ chỉ có mỗi một đứa con gái vượt biên mà mấy năm nay cả gia đình sống phè phởn chẳng cần làm gì, lại nghe thằng Quan nói có lý nhưng chị trả giá với anh:

- Cho một thằng đi thôi!

Anh dứt khoát:

- Không được! Có anh có em đùm bọc nhau!

Mặc dù nôn nóng nhưng nếu anh để thằng Quan đi một mình cũng hơi sợ:

- Thằng Quân ở lại nó sẽ hư! Bằng không, có ngày nó cũng chết!

Thằng Quân - cách một đứa con gái - nhỏ hơn thằng lớn ba tuổi thì đang học lớp Tám mà cứ cúp cua leo rào, suốt ngày tụ tập theo đám cao bồi du đãng. Ở lại lớp mà nó cũng chẳng giỏi hơn tụi mới lên. Trái lại, lúc nào cũng cầm cờ đỏ và nhứt là bị thầy giáo chủ nhiệm gởi giấy than phiền hoài nhưng ở nhà đâu có biết. Mãi tới khi gặp, thầy nói mới vỡ lẽ ra là ông con xé bỏ đi hết! Sau nầy điều tra biết nó đi *bay,* chị Thái nói:

- Nó theo nghề anh đó! Anh bay L-19, còn nó *bay* đồ phi trường!

Sau tháng Tư, kể cả người dân, miền Nam là chiến lợi phẩm của kẻ thắng. Các anh bộ đội tháo gỡ bán dần dần cái phi trường Biên Hòa. Những món nhỏ có thể giấu được thì các anh tự chuyển ra cổng. Hàng lớn như máy móc và những tấm vỉ nhôm vỉ sắt thì có đội bay - hầu hết là con của quân nhơn chế độ cũ, ở ngoài vào lo. Chưa học công binh một ngày nào mà chúng biết phá hàng rào kẽm gai mở thành hai con đường mòn, mà một ở ngõ miễu Bình Thiền, vô tận bãi đậu phi cơ.

*Đội bay* - có thằng Quân trong đó, là vạc ăn đêm, ban ngày ngủ. Chiều cơm nước xong, chúng bắt đầu tụ tập ở những quán cổng 2 ăn uống ghi sổ, giao hàng xong ngày mai mới thanh toán. Khuya lại chúng bắt đầu *cất cánh* và đáp tại bãi *lạc-xon* của một trong ba cơ sở của Tư Thơm, Ba Tuấn, hay của Út Rô. Lâu lâu có thằng bị bắt gia đình phải nộp tiền lãnh về và cam kết sẽ giáo dục lại, thậm chí thằng Hiền bị bắn chết, nhưng đội bay vẫn không nao núng. Vì "tiền đồ dân tộc" mù mịt quá, chị có vẻ bằng lòng nhưng còn sợ chúng làm mồi cho cá mập thì cụt vốn:

- Em đâu còn đẻ chửa gì được nữa!

Chị là con dân nghèo thành thị, chuyên nghề mua gánh bán bưng. Gia đình anh là nông dân nghèo, quanh năm suốt tháng sống với con trâu cái cày, mặt trời mặt trăng, cùng với những cơn mưa rào mùa hạ và gió bấc mùa đông giá buốt. Ông già thỉnh thoảng còn đi Chợ Lớn, chớ còn bà già cả đời chưa chắc ra tới chợ quận. Năm nào không thất mùa thì may ra đủ gạo ăn tới khi giáp hạt, ngay cả hàng xóm cũng không biết tên thiệt của ông mà chỉ gọi là ông Chín Chòi!

Anh Thái cười nhăn nhó:

- Người ta dòng dõi danh giá kìa, chớ mình xuất thân dân ruộng thì cần gì con cháu nối dõi!?

Anh lại quấn điếu thuốc rê Gò - *nghề* của anh từ hồi nhỏ, lấy cái hộp quẹt nhôm xài xăng ra cầm ở tay:

- Trong dòng họ, chỉ một mình anh làm quan, mà cấp bực nhỏ chỉ mới thất phẩm chớ đâu phải nhứt nhị phẩm triều đình đâu!

Cuối cùng chị Thái cũng chiều ý anh mà liều mạng. Thế là nhứt trí quyết định "nhứt chín nhì bù!"

Và đây là lần đầu tiên trời đã ngó lại!

Sau khi bọn chúng đi rồi, nhà đã nhỏ hẹp lại quá trống vắng. Hai đứa con gái phụ chị mua bán, lúc nầy cũng khá lớn có thể cáng đáng công việc được, nhưng gặp phải khó khăn mới là cái nạn cao bồi du đãng quậy phá. Trước nay, cái quán cốc bên đường vậy mà nuôi cả gia đình lại thêm thăm nuôi lúc anh ở tù. Thằng con lớn hiền ngoan nhưng có nghề võ, còn thằng nhỏ là *dân chơi*; khi bọn chúng còn ở nhà, quán *cà-phê* của chị không đứa nào dám *hỏi thăm*.

Anh nhìn chị, an ủi:

- Kệ rán gồng một thời gian nữa. Mình không cần giàu có gì, chỉ mong đủ ăn là mừng rồi!

Chị lo lắng:

- Còn phải trả nợ chớ giựt người ta được sao?

- Bảo tụi nó gởi tiền về trả!

- Tụi nó còn học lấy tiền đâu mà gởi?

Anh đâu biết ất giáp gì:

- Chớ không phải chánh phủ trợ cấp?

- Chánh phủ trợ cấp đi học chớ cho tiền gởi về mình à?

Chị mũi lòng:

- Anh tưởng qua Mỹ hốt tiền nên anh đòi đi hoài. Đi không được thì muốn cho tụi nhỏ đi. Con anh không đẻ nên anh không xót! Mấy đứa cháu ngoại bà Tám Xưa đi mất tích luôn đó!

Không ít những chuyến vượt biên đi không tới

bến, nên mỗi khi bà xã nhắc tới cháu bà Tám thì anh lại làm thinh. Bọn *taxi* đem giấy về tận nhà nói tụi nó xuống con *cá lớn* rồi. Tất cả mọi người trong chiếc tàu đó không biết đi đâu mà bốn năm năm nay bặt tin!

Chị lại tố thêm:

- Là đàn bà, em không biết chánh trị chánh em, cứ rán luồn lách mà sống. Hồi anh đi bọn chúng còn gian ác hơn bây giờ nhiều!

Tới đó thì anh đuối lý, không gỡ gạc thêm một lời nào. Anh đâu biết thời gian qua, chị và các con sống thế nào, lại nghĩ khen bà vợ đảm đang. Trong thời gian anh đi tù không hẹn ngày về, chỉ còn mấy bộ đồ rách, không nhà cửa, và không có gì để bán, lại sống trên đe dưới búa, nếu chị không giỏi thì mấy đứa con nheo nhóc.

Bây giờ dù làm ăn sa sút, anh chị vẫn phải lo *cày* trả nợ, không màng gì tới chuyện vượt biên nữa, như anh đã hứa với chị. Nhưng chẳng bao lâu anh lại giở quẻ:

- Sống trong ngục tù bao la khó chịu quá! Mấy thằng đầy tớ nhân dân đối xử người chủ nhơn đất nước như con giun con dế muốn hành hạ lúc nào cũng được. Mua bán cái gì cũng bất hợp pháp, nên muốn yên thân thì phải nạp ít nhứt ba cửa: ngoài công an và thuế vụ, còn phải qua cửa ải hoàn toàn mới lạ với dân miền Nam: quản lý thị trường. Thằng nào cũng bắt nạt mình được!

Chuyện "ba cửa ải" không phải đợi anh về nhà

nước mới đặt thêm ra mà nó hiện hữu khắp thế gian ở bất cứ nơi nào có dùng chữ *xây dựng xã hội chủ nghĩa* hay chữ *tiến lên xã hội cộng sản* một cách công khai. Ngoài Bắc, người dân đã quen chịu đựng từ hồi kháng chiến. Ở miền Nam, ban đầu người ta thấy lạ nhưng vì muốn sống và nhứt là phải sống nuôi con nuôi chồng, người đàn bà phải xem là tự nhiên!

Chỉ anh từ trên trời rớt xuống mới không quen và dị ứng. Trước đây, khi "kách mệnh" về thì khan hiếm nhiên liệu và người dân muốn ăn chắc mặc bền phải đổi xe gắn máy lấy xe đạp của bộ đội. Xe gắn máy biến dần một phần vì chạy ra Bắc, phần khác vì không đủ xăng nên cho nằm ụ, chỉ xe đạp là thông dụng. Buông nghề nhà binh, anh nhảy ra làm nghề sửa xe đạp dạo ngoài đường không bị ai làm khó dễ gì hết. Các quan đang lo chuyển chiến lợi phẩm về Bắc và nhà nước đang cấp tốc huấn luyện công an nên không rảnh mà thắc mắc ai lấn chiếm lòng lề đường. Nhưng rất tiếc là khoảng thời gian ấy không lâu thì anh lại *nhập trại!*

Người dân miền Nam hay mỉa mai "Coi vậy mà nhà nước mới đâu có hay ho gì. Nói cải tạo sĩ quan và giới chức hành chánh cũ thành con người mới xã hội chủ nghĩa mà hóa ra biến họ thành con người càng *phản động* hơn!" Biết tánh nhà binh và lì lợm của anh nên khi anh ở tù về thì bà vợ thời "phụ nữ vùng lên" nhốt miết trong nhà, hầu như không cho ra đường, trừ phi hàng tuần lên đồn công an trình diện.

Anh ở nhà chỉ hụ hợ với vợ con nhưng lại chứng

kiến nhiều cảnh bất bình. Thấy mặt những thằng chó đẻ ấy - ngôn ngữ của anh, anh lại muốn bị nhồi máu cơ tim! Tức mà không làm gì được nó mới giận! Anh còn lạ gì những thằng đó. Đám thất học du thủ du thực gặp thời *kách mệnh* ba mươi! *Kách mệnh* mà không về thì chúng có muốn làm một chơn quét lá sân trường cũng không ai cho. Riết rồi hầu như anh chẳng thiết làm gì, chỉ muốn làm *giặc*! Nhưng thời buổi nầy làm *giặc* cũng khó!

Lại tính tới chuyện khác là con lai. Qua người giới thiệu phải trả tiền cò, nửa đêm anh chị chở nhau tới tận xã gì đó xin một đứa mang về nhà nuôi và chạy chọt giấy tờ y như thiệt. Người ta thấy khuya khuya anh hay đi uống *cà-phê* với tên trưởng đồn. Bây giờ thì anh hết giận - hay vì hoàn cảnh - bò vàng vì chúng cũng được việc cho anh! Nhưng chẳng bao lâu con Đỏ - vì nó đẹp gái mặt lúc nào cũng ửng hồng, đòi phải cho nó mấy chỉ vàng đặng đãi bạn bè ăn chơi, còn nếu không thì nó trở về nhà. Anh chị thấy chuyện đi đứng chưa hó hé gì mà nó đòi hỏi quá đáng như vậy đành bỏ luôn, bèn kiếm đứa khác hiền và dễ thương hơn thế vào.

Tới khi có cái vụ H.O. thì đi hai hàng. Anh chị quyết định diện nào gọi trước thì đi, càng sớm càng tốt. Cho dù diện nào đi nữa mà có con lai cũng phải đi Phi hấp ít nhứt sáu tháng gọi là hướng dẫn hội nhập văn hóa, chớ không trực tiếp sang Thái Lan như những người *đàng hoàng* khác. Vậy là sau thiên tai núi lửa mà bụi bay mịt mù tới Việt Nam, gia đình anh chị Thái sửa soạn lên đường sang trại tị nạn Bataan.

Không ngoại lệ, ai sắp xuất ngoại cũng *phải* đãi tiệc từ giã bà con và lối xóm còn ở lại, hứa hẹn ngày vinh qui bái tổ. Sĩ quan cấp tá phải tự nguyện hiến bất động sản cho nhà nước thì mới hoàn tất thủ tục xuất cảnh. Người giàu thì sau khi thanh toán nhà cửa ruộng nương xong phải đãi đại tiệc coi mới được! Kẻ nghèo nghèo thì cũng cố chạy chọt mượn chút ít tiền làm tiểu yến. Nghèo chút nữa thì mời hủ tiếu và cà-phê tại quán bà Năm Đảnh trước khi từ giã.

Riêng hai vợ chồng đứa con gái lai ở chợ Nhỏ thì được miễn! Ngày lên đường chị vợ ẵm đứa con mới mấy tháng, anh chồng xách cái túi lác chỉ hai bộ đồ cũ rách và cái xô nứt đựng vật dụng linh tinh lủi thủi đi bộ ra bến xe Biên Hòa về Sài Gòn. Người giàu có hay rộng rãi với người xuất ngoại, *"qua bển gởi về trả, lo gì!"* Họ sẵn sàng cho mượn với lãi suất mười phân tính bằng vàng, nhưng vợ chồng con nhỏ lai thì không được!

Ngày hôm trước, sau bữa tiệc từ giã, những người bà con và anh chị em của hai anh chị Thái cùng hai người bạn thân ở ngủ đêm, theo lời năn nỉ vì chẳng biết lúc nào mới gặp lại.

Bây giờ anh Thái nhìn kỹ mới thấy bà chị lớn hom hem răng rụng còn già hơn mẹ trong bức hình. Trước nay chị nổi tiếng là cứng rắn, nay lại ứa nước mắt than:

- Ba má mất sớm, thằng Chín chết rồi, dòng họ còn mình mầy là con trai. Giờ mầy đi rồi biết ai lo nhang khói!

Anh Thái lớn lên chỉ biết bà chị lớn nhứt và chơi

với thằng Nuôi gọi anh bằng cậu. Chồng chị mắc bịnh *mèo chuột*, nhơn mẹ chết, chị giận ôm con về nhà ở luôn. Năm sau cha qua đời, chị thay cha mẹ nuôi một đàn em.

Anh Thái quẹt hộp quẹt đưa lên mồi thuốc:

- Còn hai chị chi!

Chị cả đang nhai trầu, nhét cục thuốc vào một bên mép:

- Tao là con gái mà già rồi biết sống nay chết mai. Còn con Bảy nó cũng là con gái có phận riêng!

Chị xưng hô với anh bằng "mầy - tao" từ hồi nào anh không rõ nhưng anh biết chắc chắn rằng cho tới khi chị chết. Chỉ bà xã anh mới được ưu ái gọi bằng "mợ" mà thôi:

- Đàn ông thường vô tâm, qua bển mợ nhớ nhắc nó!

- Để em nhắc ảnh!

Trừ bà xã anh, chị Bảy là người đàn bà duy nhứt trong gia đình không ăn trầu phân bì:

- Còn em đây chi?

- Còn chồng mầy nữa chớ bộ mầy ở vá sao?

- Chồng thì chồng chớ! Em lo giỗ quải nhang khói cho ba má không được sao?

Bà xã anh lên tiếng:

- Em có ghi ngày giờ hết, để em lo!

Nói xong chị đảo một vòng lên nhà trên, nơi ba

ông thần nước mặn đang ngồi phệt dưới đất trên nền gạch bông, ở giữa là một cái bình trà nhôm móp méo và mấy cái ly nhựa cùng ba tách *cà-phê* uống dở chừng. Nhà trống trơn, cửa mở toang cho mát, không còn gì để sợ ăn trộm. Đã giải quyết tất cả để ngày mai trả nhà.

Chị Thái nhìn ra ngoài. Nhà thức khuya nhưng chị không sợ công an khu vực hỏi thăm, vì đã có *bảo kê*. Hàng đèn đường chiếu những vệt sáng vàng vọt lên mấy buội lùm cỏ dại. Từ đó phải qua một cái mương mới vô tới sân, chỗ nầy trước là hàng rào kẽm gai phi trường. Sau quí quan *cướp mạng* cho ủi từ cổng 1 tới cổng 2 cất cư xá bán lại cho dân có máu mặt, mà sau khi bán nhà thanh toán nợ nần, anh chị mướn tạm trong mấy tháng chờ ngày đi.

Theo những cơn mưa bất chợt, trời tháng Chín bớt nóng, thỉnh thoảng từng cơn gió mỏng mát nhẹ thổi hiu hiu. Chị Thái kéo cửa sắt lại và cáo lỗi với mấy người bạn:

- Mấy anh tâm sự một bữa cho đã! Chắc tôi đi ngủ trước.

Ba ông nhà binh chẳng ông nào cử thuốc - *"bịnh gì cữ!"* Anh Năng, một chuyên viên điện toán của Bộ Chỉ huy Kỹ thuật Tiếp Vận bây giờ làm thợ mộc, mặc bộ đồ bà ba cũ, tướng khắc khổ cổ quấn khăn rằng, quấn điếu thuốc rê Gò - cùng loại thuốc ruột của anh Thái như xưa nay, đang le lưỡi liếm:

- Đứa nào đi được mừng cho đứa đó. Hết cơn bỉ cực tới hồi thái lai mà!

Anh Thái nôn nóng đi khỏi cái xứ địa ngục nầy nhưng lại chợt hoang mang:

- Đi chưa biết thế nào nhưng ít ra đỡ bị lâu lâu kêu lên trình diện rồi nhốt hai ba ngày!

Anh Dũng - nghề nghiệp hiện tại trong lý lịch: bần cố nông, từ *ngày ấy* không còn phụ trách hệ thống thủy điều phi cơ nữa:

- Mầy sẽ sướng thân mầy, tụi tao ở lại sống nốt cuộc đời nô lệ!

Nhiều đêm suy nghĩ anh Thái không thể tưởng tượng được việc làm của đám nầy. Phí phạm tài năng và kiến thức, xài bọn thất học và lưu manh. Cộng trừ chưa thông mà làm chủ nhiệm hợp tác xã, đọc chữ không chạy và không biết ký tên chỗ nào mà làm hành chánh. Cần lục một cái khai sanh cũng phải trà nước và đợi hai ba ngày!

Anh Thái an ủi hai thằng bạn:

- Thôi tụi mầy cũng đừng buồn! Mỗi người có một số!

Anh Năng chậm rãi:

- Số mầy số mấy? Số gì cả nước lầm than? Cùng một số hả?

Anh Thái đâm ra ú ớ:

- Chừng một hai nút!

- Mầy có nút còn có tiền, còn tụi tao số bù!

Anh Năng nhắc lại chuyện cũ:

- Hồi trước tao đã bảo mầy *dzọt* mà mầy còn chửi

tao, nhớ hôn? Lúc đó vợ con tao còn ở dưới quê tao đi không đành!

- Tao đâu có ngờ, cứ tưởng mình sẽ giải ngũ về làm ăn!

Anh Dũng, vốn ít nói, kể:

- Hồi trước ông già tao theo Việt Minh mà hồi đình chiến ổng né không đi tập kết. Ổng rành tụi nầy quá!

Anh Thái triết lý:

- Như chuyện tình yêu vậy, nhiều khi chưa gặp chưa chịu tin!

- Chưa thấy quan tài chưa đổ lệ!

- Hồi trước xem phim "Chúng Tôi Muốn Sống" thấy dã man quá, tao cho là không đời nào có!

- Nhưng chưa đủ phải hôn?

- Ờ chưa đủ!

Anh Năng hằn học:

- Tao sống ở miền Nam 30 năm, học bên Mỹ hai năm, sống với tụi nầy 15 năm. Tao nghĩ cũng tương đối đủ kinh nghiệm! Mười mấy năm lính làm việc với tụi Mỹ tao biết. Tụi Mỹ không thương yêu gì mình. Thương sao bỏ miền Nam cho bọn chúng? Còn mấy thằng nầy thì lưu manh quá cỡ thợ mộc!

Ngừng một chốc, hớp một ngụm trà, lại quấn thêm một điếu thuốc, anh Năng nói:

- Phải tụi nó văn minh hơn mình cũng cam!

- Có những chuyện mình không rút tỉa làm bài học được! Rút kinh nghiệm thì mình đã quá nửa đời mà có khi hết cả cuộc đời!

- Cũng tại thằng già hung hăng quá. Nga Tàu suỵt là cắn!

Trúng tần số, anh Năng không dừng được:

- Cái chủ nghĩa khốn nạn là đại họa của dân tộc Việt Nam! Thằng Đức, thằng Đại Hàn không chia đôi à? Nhưng tụi nó đâu có giết nhau!

Ba người lính già giải ngũ bất đắc dĩ lại làm thinh. Mỗi người có số phận riêng nhưng có mẫu số chung.

Trước khi đi, anh Thái muốn tâm sự với những người bạn thân:

- Tao muốn học cái gì đó...

Anh Năng:

- Tao hiểu ý mầy. Rán nhớ. Đừng nói bữa trước rồi bữa sau quên!

Anh Thái kể thằng con trai lớn của anh được chánh phủ cho tiền đi học, ngoài giờ nó đi làm thêm. Thằng nhỏ vẫn được học tiếp. Bên nầy, tin từ *Trung tâm Tin Tức Thời Sự* nhà thờ Đức Bà cho biết ở bên Mỹ chánh phủ đã cất nhiều dãy nhà loại chung cư có đề tên sẵn! Riêng về chuyện lãnh tiền *rappel* thì anh không tin vì biết mình đâu phải là lính Mỹ. Mà nếu có chăng, may ra dành cho những người dân sự chiến đấu.

Ngày lên đường, anh chị mướn hai chiếc xe buýt chở thân nhơn và bạn bè đưa tiễn ra phi trường.

Chia tay bịn rịn nhưng nao nức. Lần đầu tiên trong đời anh Thái biết ôm những người thân và hai thằng bạn chí thiết, vì biết rằng mai đây sẽ ngàn trùng xa cách. Có những chuyện không thể viết thơ được, y như tình trạng ở trong và ở ngoài nhà tù.

Lúc đầu anh Thái định mặc đồ đi chợ vì nghĩ rằng đi tị nạn và hơn nữa đi Phi chớ đâu đi thẳng qua Mỹ. Nhưng rồi không biết do ai đạo diễn, vợ chồng con cái lôi bộ đồ số một ra mặc trông lịch sự như đi dự tiệc, mà sau nầy nghĩ lại anh thấy ngượng.

Anh Năng nhắc với theo:

- Nhớ rán học!

Vô phòng cách ly, cái không gian chật hẹp oi bức, người ta chen lấn nhau trong tiếng ồn ào khích động như đang tranh hơn thua với những cái loa vang vang một giọng chua the thé. Mọi người đều đổ mồ hôi hột như ngồi trong *connex* mùa hè. Sắp hàng chờ nhưng vẫn có người đi sau mà vượt qua trước. Nếu đặt giải thưởng về tánh kiên nhẫn thì những người xuất ngoại nầy phải được hạng nhứt. Và cái khựng thứ nhì là xét *va-li* khiến anh bực mình, nhưng những người đi đang hăm hở không màng. Nhơn viên xét đi xét lại lâu lắm, không biết anh ta tìm cái gì, nhưng không có tài liệu "phản động"!

Cuối cùng anh ta cười giả lả:

- Còn bao nhiêu tiền bạc để lại hết đi, qua bển đâu có xài được!

■ nhuận sắc 5/11/2023

# NHƯ MỘT KỶ NIỆM

*[Hình chụp chung từ Việt Times Canada]*

# Một chút Tâm tình về Tác giả và Tác phẩm

Kính thưa:

- Quý bằng hữu yêu văn nghệ
- Các Văn sĩ, Thi sĩ, và Nghệ sĩ

Thật là hân hạnh cho tôi, hôm nay được là một diễn giả trong ĐÊM THƠ NHẠC RA MẮT TÁC PHẨM gồm:

- CD Thơ Nhạc của Hà Linh Bảo,
- LÁ MÙA THU truyện ngắn của Ngô Sỹ Hân, và
- MÂY NHỚ THU VÀNG tập thơ do Hà Linh Bảo và Ngô Sỹ Hân thực hiện.

Tôi có đôi lời về tác giả và tác phẩm:

Tôi được biết Anh NGÔ SỸ HÂN khoảng năm năm nay, một người đã hơi luống tuổi, nhưng không già: với mái tóc bạc tuyệt đẹp, với gương mặt luôn vui, giọng nói rổn rảng và đặc biệt với đôi mắt biết cười. Với sự tập hợp của chỉ một vài điều ấy thôi, ai tiếp xúc lần đầu cũng sẽ nhớ, cũng sẽ mến Anh.

Xuyên qua tập truyện ngắn của Anh: LÁ MÙA THU, ta sống lại cảnh thanh bình của miền Nam Việt

Nam trước năm 75, ngày mà Chánh quyền Việt Nam Cộng Hòa đang tận tụy mưu cầu hạnh phúc cho toàn dân, cảnh thanh bình dưới đêm trăng sáng, hình ảnh cánh đồng ngợp lúa vàng... và cũng trong tập truyện nầy, sau cái ngày 30 tháng Tư tang tóc ấy, ta thấy cảnh người thay trâu kéo cày, bao uất hận, không thốt nên lời. Ôi! Dân tộc Việt Nam sao mà phải chịu bao đọa đày thương đau cùng cực.

Là nhà văn, là nhà thơ, tác giả Ngô Sỹ Hân và Hà Linh Bảo đang tự nguyện khoác trên vai một trọng trách cao cả là người có công bảo vệ, duy trì, và phát huy văn hóa, ngôn ngữ Việt Nam đang có nguy cơ bị chánh quyền Việt Nam đương thời tiêu diệt.

Tác giả là người thay cho chúng ta, những người đang định cư ở một nước văn minh trên thế giới, giữ gìn di sản văn hóa dân tộc, để truyền lại cho đời sau, con cháu của chúng ta.

Cám ơn tác giả với những tác phẩm.

Cầu chúc các Anh mãi mãi khỏe mạnh để sáng tác, để truyền lại đời sau những tác phẩm bất hủ theo thời gian.

Kính chào tất cả các bạn.

Thân ái.

Huyên Bửu

Lê Thế Viên: "Cám ơn anh đã tặng cho tuyển tập Lá Mùa Thu và thi tập Mây Ngớ Thu Vàng.

Mới đọc vài truyện cũng thấy phảng phất hình

bóng mình trong đó. Ước mong sẽ đón nhận những tuyển tập kế tiếp và hy vọng sẽ không bị lọt sổ trong kỳ ra mắt sắp tới. Thân, Dec 21, 2009."

**THƠ CÁM ƠN**

Michigan ngày 05/11/09

*Kính gởi*

Quý Đồng hương

Quý bạn Văn Nghệ Sĩ

Quý Thân hữu yêu văn nghệ

*đã tham dự*

**Đêm thơ nhạc | Ra Mắt Tác Phẩm**

- **CD THƠ NHẠC** *của* Hà Linh Bảo *do ban Tao Đàn thực hiện,*

- **LÁ MÙA THU**, *tập truyện ngắn thứ ba của* Ngô Sỹ Hân, *và*

- **MÂY NHỚ THU VÀNG**, *tập thơ*, Hà Linh Bảo - Ngô Sỹ Hân.

**Tổ chức tại** 4995 Stoddard Drive - Troy, MI 48085

Vào ngày Thứ Bảy 31 tháng 10 năm 2009

Từ 5:00pm đến 11:55pm

Kính thưa quý anh chị,

Đêm thơ nhạc Ra Mắt Tác Phẩm của Ngô Sỹ Hân theo ý kiến của nhiều người thì thành công mỹ mãn về nhiều phương diện. Sự thành công nầy không chỉ do số quan khách tham dự vượt quá mức dự trù lúc ban đầu, mà còn do sinh hoạt diễn ra trong bầu không khí thân mật và ấm cúng.

Diễn giả kiên trì nhứt có lẽ là nhà thơ Nhật Hồng Nguyễn Thanh Vân, là sư huynh của tác giả trong mọi lãnh vực từ tuổi đời tuổi lính tới văn chương chữ nghĩa, người đã bình văn Ngô Sỹ Hân từ tác phẩm đầu tay tới nay. Hai lần trước toàn là khen; đặc biệt lần nầy anh chú trọng về những khuyết điểm trong tác phẩm: ... sai chánh tả, nhấn mạnh về sự sử dụng quá nhiều tiếng lóng khiến tuổi trẻ thế hệ thứ hai khó mà hiểu được.

Huyên Bửu, sanh quán tại An Giang, ra đời ngay cái năm mà cả triệu đồng bào từ miền bắc di cư lánh nạn cộng sản. Học trường trung học Chưởng Binh Lễ (An Giang) lớn lên làm Sĩ quan Cảnh Sát, diễn giả nhận định về tác giả và tác phẩm. Tác giả tự nhủ phải cố gắng vượt bực mới có thể đáp ứng được sự cảm thông sâu sắc của diễn giả, góp một bàn tay nhỏ trong việc bảo vệ, duy trì, và phát huy văn hóa và ngôn ngữ Việt-Nam.

Lê Bá Khâm là người bạn học của tác giả từ lớp Tiếp Liên, trường Minh Thiện, với thầy Bùi Minh Tâm ở Ngã tư Xoài Đôi đã hơn nửa thế kỷ trước chắc chắn không nhận xét sai về người bạn từ thuở bận quần xà lỏn đi chơn đất lội bộ mấy cây số tới trường. Anh đã nhắc lại những kỷ niệm vui buồn thuở học trò, nhứt là cái tên cúng cơm của tác giả đã gây nhiều ngộ nhận lý thú.

Lôi cuốn cử tọa do MC Kim Dung hoạt bát đã khéo léo điều hợp chương trình cùng quý anh em văn nghệ sĩ tài danh: từ Canada có Phan Ni Tấn, Đinh

Ngọc Bôi, và Nguyễn Phúc Tuệ; Song Huy Nguyễn Ngọc Thuyết từ Grand Rapids; Trưởng Phạm Duy Thắng từ Lansing; và đặc biệt, người bạn tù "triền miên" nổi tiếng của tác giả là Trường Giang Nguyễn Tú Cường, họa sĩ và nhạc sĩ, tới từ Atlanta, Tiểu bang Georgia, mấy ngày trước....

Sự thành công không thể trọn vẹn nếu không có sự đóng góp của những anh chị em thuộc Quân Cán Chánh Detroit, Thủ Đức Michigan, Cựu Quân Nhơn Ontario, Thủ Đức Ontario, Cựu Chiến Binh Michigan...: Trần Quốc Thiện, Đồng Văn Minh, Đoàn Phan, Hồ Sĩ Liêm, Lê Khoa Toàn, Nguyễn Thế Hùng... và quý phu nhơn Đỗ Minh Nguyệt, Đặng Ngọc Loan, và phu nhân của Alpha Phạm Quý Thể....

Đêm văn nghệ càng không thể thành công nếu không có sự tham gia và tham dự cùng với sự ủng hộ vật chất cũng như tinh thần của tất cả những người bạn thầm lặng, những người đã tới từ sớm lo trang trí, sắp xếp phòng sinh hoạt, và nhứt là phần ẩm thực. Ngoài các con Thùy Dương, Hoàng Dũng, và Thùy Linh, riêng cám ơn phu nhơn Hồng Lạc và con dâu Thùy Khanh đã tận tình giúp đỡ để quan khách được bữa ăn tối ngon miệng.

Đại diện gia đình xin lỗi hai anh Lê Khoa Toàn và Việt Hải về mấy cục đá đặt ở góc lối vào sân đậu xe đã gây tai nạn hay ít nhứt cũng bất tiện. Tôi đã dẹp bỏ vì lợi bất cập hại! Xin lỗi tất cả các bằng hữu đã đóng góp chương trình mà tác giả đã sơ suất không kể ra. Đồng thời cũng xin cáo lỗi với tất cả những văn thi hữu và bạn bè không nhận được thơ cũng như email do sự vô tình của tác giả.

Sau cùng, e rằng cách ăn nói vụng về của tác giả và sự tiếp đãi không được chu đáo của chủ nhơn có thể đã khiến cho một số quan khách hơi không hài lòng. Nhưng mong rằng quý thân hữu hãy quan tâm tới sinh hoạt văn học nghệ thuật mà rộng lòng bỏ qua những tiểu tiết cho. Tác giả sẽ hoan nghênh những ý kiến đóng góp để rút kinh nghiệm cho lần tới vào mùa xuân hoặc mùa hè năm sau.

Trân trọng,

Ngô Sỹ Hân,

*thay mặt ban Tổ chức*

# MỤC LỤC

**Nhân Ảnh**
2023

***Liên lạc tác giả***
Ngô Sỹ Hân (Syhan Ngo)
2682 Roundtree Dr
Troy MI 48083
ngosyhan@gmail.com
ngosyhan2002@yahoo.com
facebook: han ngo
phone:
(248) 740-0669 h
(248) 558-0089 c

***Liên lạc Nhà xuất bản***
han.le3359@gmail.com
(408) 722-5626

www.ingramcontent.com/pod-product-compliance
Lightning Source LLC
LaVergne TN
LVHW040422051026
849517LV00002B/429